RICH MA'AM POOR MOM

Ang Patolohiya ng Problema sa Pera

Amelia D. Pagdanganan

Rich Ma'am Poor Mom

Ang Patolohiya ng Problema sa Pera

Amelia D. Pagdanganan

ISBN: 978-621-06-1243-1

Edited By: Erika Ilagan Asa

Illustrated by: KaliwetemARTe

Published By:
Lolakwentosera Book Publishing
www.lolakwentosera.com

MENU

FOOD FOR THE BRAIN

APPETIZER

MAIN DISH

DESSERT

AUTHOR'S NOTE

"Galit na galit ako sa mga kagaya nyong manloloko sa pera! Nasaan ang konsensya ng nanay mo para magawa niyang mambudol ng mga tao?!" Message ito na natanggap ko mula sa isang nakapanood ng interview ni Lowluh sa 700 Club.

You see, I talked about a lot of things during that interview. Sa dinami-rami ng mga trauma na naikwento ko, mas tumatak sa mga manonood ang tungkol sa pagkakakulong ng nanay ko dahil sa pagiging estafadora nya, at kung paanong pati ako ay muntik makulong sa kaparehong kaso.

PATHOLOGICAL – REFERS TO PHYSICAL OR MENTAL DISEASE

PATHOLOGY

Pathology is a branch of medical science that is focused on the study and diagnosis of disease.

Kung may mga pathological liars, meron din kayang pathological utangera? Parang sakit bang nakahahawa ang pagiging waldas sa pera? Most likely, ito ang dahilan kung bakit mo naisipang basahin ang librong ito. Malamang ikaw mismo ay maraming problema sa utang, kahirapan, o pagiging gahaman (Charot!). Pwede rin namang meron kang mga kakilalang may isyu sa pera at gusto mo silang maintindihan o matulungan.

Sampu-sampera ang nagkalat na libro tungkol sa pera at investments, why would I write one eh saturated na ang market? Well, if you know me as Lolakwentosera, alam nyo na ang tungkol sa aking adbokasiya. Malamang ay nabasa nyo na rin ang ibang librong isinulat ko, particularly, the #Baliw book series. Dito ay naikwento ko kung paanong muntik na akong mag self-delete dahil sa patong-patong na problema ko sa pera, aguy!

TRIGGER WARNING! In this book, we will talk about mental health and money, kaya kapag mahina ang sikmura mo sa usapang ganito, posibleng ma-offend kita kapag nagpatuloy ka sa pagbabasa. Yet, kudos pa rin sayo kung game ka, kesa sa iba na hindi pa nga nasusugatan, eh takot nang sumabak sa giyera.

You might think that this book is a spin-off from Robert Kiyosaki's bestselling book, RICH DAD POOR DAD. It could be. Just decide for yourself after reading this book. Basta ang alam ko lang, years ago nung binabasa ko ang libro ni Kiyosaki na ang astig kasi biographical novelette ang dating ng narrative structures tungkol sa financial literacy, eh naisip kong, *"Hala, parang hawig ang kwento ng dalawang nanay sa buhay ko. Si poor mom ang dahilan ng paglubog ko sa utang at si rich ma'am naman ang naging instrumento para batas ng pera ay matutunan*.

Doon umusbong ang idea kong magsulat ng librong binigyan ko naman ng title na, *Rich Ma'am Poor Mom: Ang Patolohiya ng Problema sa Pera*.

After years of tinkering with this book idea, finally ay naisulat ko na sya. Yay! Sa librong ito ay ikikwento ko sa inyo ang aking ka-vovo-han 😂 sa pera (experiential), at kung paano ko ito nakonekta sa pag-aaral ko ng Sikolohiya Psychology (scientific). Hindi lang yun, maglalapag din ako sa inyo ng mga epektibong paraan kung paano makawala sa pagiging alipin ng pera (philosophical). Syempre, gamit ko pa rin ang aking jejemon writing style na gets na gets ng mga bagets kaso minsan hindi ng mga forgets, charot! Syempre, never ko ring kakalimutang pagsasampalin 😂 kayo ng mga Bible verses (religious) para kumpletos rekados ang limang worldviews na ihahain ni Lowluh. Oh, di ba ang bongga?

FIVE 'HUGOAT' WORLDVIEWS (SOURCES OF TRUTH)

PHILOSOPHICAL – THINGS LEARNED FROM OTHERS
ATTITUDINAL – PERSONAL EXPERIENCES
IDEOLOGICAL – VALUES AND CULTURES
RELIGIOUS – SPIRITUAL OR MYSTICAL BELIEFS
SCIENTIFIC – HISTORICAL AND EMPIRICAL KNOWLEDGE

As of writing this book eh may viral news about Robert Kiyosaki claiming na baon ito sa bilyong utang. Admirers of Kiyosaki are laughing it off saying, "Of course! He is just living up to the lessons of his bestselling book, duh!" Marami namang nag komentong, "Hala, lagot na!" Ang naisip ko naman, *sure, ipinakita sa report ang liabilities ni Kiyosaki, eh alam nyo ba kung magkano ang assets (fixed and liquid) nung mama? Aba'y baka nakalulula*.

Nonetheless, kung si Robert Kiyosaki ay may kwentong pagyaman na galing sa mga lessons na natutunan niya sa kanyang "Rich Dad Poor Dad", aba'y si Lowluh ay meron ding lessons na ituturo sa inyo tungkol sa sumpa o biyaya na dala ng pera.

Bukod sa kwento kung paano ako lumubog at umahon sa utang (at lumubog ulit, charot!), pag-uusapan din natin ang utak-topak na konektado sa perang mailap kitain, madaling waldasin, at nakakatuksong utangin hanggang umabot ang mga gabing hindi na tayo patutulugin. Syempre, ipapakilala ko rin sa inyo ang aking Rich Ma'am, Poor Mom, at si DAD. May ganern?! Love triangle ba ga, ire? Basta, basahin mo na lang and enjoy the roller coaster ride. 😂

Ano, handa ka na ba sa umaatikabong kwentuhan? Wag kang mag-alala, pwede mong matapos ang librong ito sa isang mabilisang upuan.

•PATHOLOGY OF MONEY

Seryosong tanong, ang taong may problema ba sa pera (utangera, mambubudol, at waldas pa) ay may tililing sa utak? Naku! Pag sinagot ko ito malamang ma-babash na naman ang Lowluh nyo 😂.

Well, behind every persona lies a hidden trauma. If you read my #BALIW book series and attended my #BrainHealthPilipinas seminars/ webinars, ipinaliwanag ko doon na ang persona ay maskara na suot ng bawat isa para ipakilala ang sarili sa madlang pipol. This mask is commonly known as personality. Personality mo na talaga ang maging mangungutang, ganern! 😂.

One person can have multiple personas depending on the people or circumstances to deal with. Syempre, iba ka sa harap ng publikong hindi mo masyadong kilala, habang ipinapakita mo naman ang vulnerable side mo sa mga taong minamahal mo.

REGARDLESS OF THE NUMBER OF MASKS (PERSONALITIES) YOU WEAR EVERYDAY, THE KEY IS TO NEVER FORGET YOUR AUTHENTIC (TRUE) SELF.

According to various personality theorists, ang ating persona ay nag-e-evolve – through nature or nurture – mula pagkabata hanggang pagtanda. May ugali tayong kamukha ng sa mga ninuno natin dahil sa genome imprinting (nature). Meron din naman tayong acquired habits, values, and characteristics because of how we were brought up in this world (nurture). Malamang ang problema o skill mo sa paghawak ng pera ay namana o natutunan sa iba.

Sigurado din akong sa likod ng kapalpakan mo sa pera, ay merong sugat (trauma) na nakatago sa iyong kaluluwa. Isa na dito yung pakiramdam na hindi ka **SAFE** at **SATISFIED** sa kung paano ka lumaki, lalo at punong-puno ang buhay mo ng **INCONSISTENCY**. Tapos pera ang naging **security blanket** mo na siyang dahilan ba't ang dami mong kapalpakan.

Pwede mong sabihing, "Hindi pera kundi droga ang problema o yung walang tigil nyang pag-order ng skincare sa Shoppe at Lazada!" o kaya eh, "Sobrang tanga lang kaya madaling ma-scam sa pera." samahan pa ng "Mabisyo kasi at batugan, kung magsipag lang eh limpak-limpak na salapi ang meron sya sa kabang yaman." Sus nagturo ka pa ng ibang tao eh katangian mo naman ang lahat ng ito, charot!

SA LAHAT NG DAHILANG SINABI MO, UUWI PA RIN TAYO SA TOTOO. SA LIKOD NG GANITONG MALADAPTIVE BEHAVIOR AY MAY NAKATAGONG TRAUMA NA TINATAKPAN LANG NG MASKARA.

Kaya hindi pwedeng i-judge agad ang sarili na materialistic, tanga, or mabisyo kaya baon sa utang o lubog sa kahirapan. Dapat ugatin natin ang malalim na dahilan.

INCONSISTENT MONKEY BUSINESS

"Man is ruled not only by pleasure principle but by two guiding principles: safety and satisfaction," sabi ni Karen Horney na isang kilalang proponent ng psychoanalytic social theory. She negated Sigmund Freud's, (father of psychoanalysis), theory of pleasure principle as the driving forces why we behave or act a certain way.

Ano ba ang dahilan kung bakit gusto nating maraming pera, yumaman, makaahon sa hirap, at wag mabaon sa utang? Well, pwedeng mabili ng pera ang (halos) lahat ng pleasures (FREUD's theory) sa mundo. Kung may pera, higit na madali ang buhay kesa sa wala, di ba? I agree.

Yet, when I applied Karen Horney's theory, naisip kong, what if kaya importante ang pera sa iyo at halos naging sentro na ito ng buo mong pagkatao ay dahil may issue ka sa SAFETY and SATISFACTION to begin with? Kung meron ka kasi nito, pleasure ang by-product na makukuha mo.

WHAT DOES IT MEAN?

Anong punto ko? There was an experiment[1] on three sets of monkey mothers and their babies. Inilagay sila sa tatlong magkakaibang kulungan. Yung unang kulungan, araw-araw may supply ng pagkain (wow!). Yung pangalawang kulungan, araw-araw may supply rin ng pagkain pero napakahirap makuha (aguy!). Yung pangatlong kulungan, araw-araw may supply rin ng pagkain pero hindi consistent kung makukuha ng madali o pahirapan (nyak!). Matapos ang ilang araw, sinukat ang level ng cortisol (Stress hormones) mula sa spinal fluid ng tatlong sanggol. Guess kung sinong sanggol na unggoy ang stressed na stressed sa buhay nya? Yung baby monkey na nasa pangatlong kulungan.

With this result, the experts concluded that CONSISTENCY is an important factor in living a better life. Pag inisip mo nga naman, ang lumaki sa hirap at sanay sa hirap, minsan hindi nila ramdam na mahirap sila. Nakasanayan na eh. Yung consistent naman na mayaman, madalas lalong yumayaman. Marunong sa kalakaran ng pera eh. Ang masaklap, yung mga kagaya kong lumaki sa nanay (hindi unggoy ang nanay ko ha, umayos ka! 😂) na mahirap pero nagkukunwaring mayaman, at kapag kumita ng konting pera ay waldas kaya nabaon sa utang. Ibig sabihin nito, nag-ugat ang problema ko sa pera mula noong ako'y bata pa.

I wasn't a battered child who grew up with a lasenggo o adik na tatay, nanay na sugarol, o mga kamag-anak na nagbubugbugan at nagsisigawan. Bukod sa pailalim at (indirect) ang mga dinanas kong trauma (developmental), our very inconsistent household set-up played an important role in my decision-making process and maladaptive behavior about money.

AUTHENTICITY VS. ATTACHMENT

Paano ba kasi ang tamang pagpapalaki para hindi magkaroon ng developmental trauma ang isang bata na pwedeng mauwi sa behavioral maladaptation, disorder, or pathology?

Susubukan kong i-apply ang theory ni Karen Horney tungkol sa SAFETY and SATISFACTION, at ikokonekta ko ito sa ating mga isyu sa pera. Sa libro kong #BALIW series, I talked about the brain's role as our protector so we could survive in this world from conception to old age. **Protecting ourselves coincides with feeling safe and satisfied in life. When you feel safe, you don't need to develop a defense or coping mechanism to protect yourself.** Satisfaction, naman, calls for kumakain ka ng sapat at masustansya, hindi ka giniginaw o naiinitan, at meron kang maayos na tulugan (BASIC NEEDS). Kahit may chores or napapagalitan ng caregivers, kapag may feeling of safety and satisfaction ang bata hindi nya magiging issue na mahirap ang kinalakihan niyang pamilya.

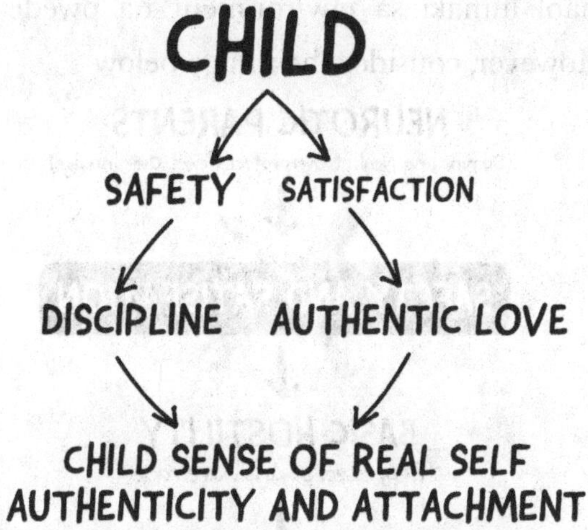

Consider the image above. Ang gusto lang naman ng isang bata ay safe sya, kahit napapalo o napapagalitan basta ramdam nyang may protection sya ng caregiver nya, hindi yan magtatanim ng galit. At the same time kung may love, concern, at aruga sa bata, hindi maghahanap ng pagmamahal ang bata sa ibang lugar. Satisfied sila sa kung anong meron ang pamilya nila kahit sa mansyon o barong-barong nakatira.

With this, the child will grow up with a sense of true self (authentic). Ibig sabihin, pwede siyang magpakatotoo sa bahay niya dahil hindi mawawala ang attachment ng caregivers niya (magulang, kamag-anak, etc) kahit hindi sya perfect na bata at madalas na magkamali. Growing up, the child will not wear confusing masks or personas. Pwede nya kasing kopyahin ang traits ng caregivers niya, and live in harmony with them. At the same time, through education and exploration, pwede pang lumawak ang values and principles ng isang bata.

#Sanaol lumaki sa environment na pwede kang maging authentic. However, consider the image below

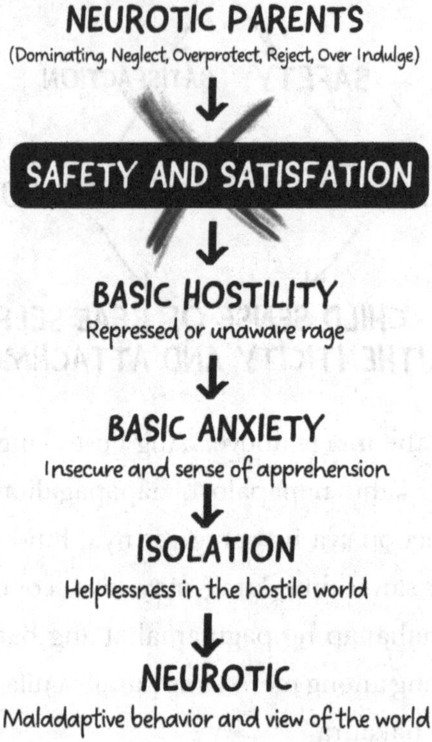

What if may neurotic needs ang parents or caregivers mo? Sa #Baliw series book, I talked about neuroticism. Ito yung character trait ng isang taong sobrang rupok at sensitibo sa mga stressful na pangyayari. What if lumaki ka sa tagapag-alagang may utak-topak kagaya ng Poor Mom ko?

ACCORDING TO KAREN HORNEY, THE POSSIBLE PARENTING STYLES OF PEOPLE WITH NEUROTIC NEEDS ARE DOMINATING, NEGLECTFUL, OVERPROTECTIVE, HIGHLY CRITICAL, OR OVERINDULGENT.

Guluhin ko lang ang iyong memorya, ha. Gamit ang salitang ADULT, anong uri ng mga caregivers ang nagpalaki at nag-alaga sa iyo?

Analytical
Doubtful
Uncaring
Loving Excessively
Tyrant

ADULT
Analytical

They are highly critical caregivers. Sa kamay ng mga magulang ay rejected ang pakiramdam ng anak. Hostile territory tuloy ang bahay para sa bata. Isang bagay yung hindi ka pansinin ng magulang mo dahil wala silang pakialam sa iyo, pero mas masakit yung lumaki ka sa magulang na walang nakikita kundi pintas at kamalian mo.

ADULT
Doubtful

Ang overprotective caregivers ay nagiging helicopter and hovering parents. Sila yung magulang na nakabantay-sarado sa bawat galaw ng anak. Duda sa galing ng bata at iniisip na lagi itong mapapahamak. Sa sobrang pananakal, ang hirap makahinga kapag kasama sila.

ADULT
Uncaring

Neglectful ang mga magulang na physically present pero empty shell kausap. Pwedeng sobrang busy kasi sa trabaho o mabisyo kaya parang walang pakialam sa nangyayari sa iyo.

ADULT
Loving Excessively

Laki sa layaw, laki sa layaw jeproks! At least hindi Zonrox (Charot!). Masarap sanang lumaki sa overindulgent parents dahil ibibigay sa anak ang lahat ng luho, kaya lang sa huli ay nagiging lampa ang bata at sa sariling paa ay hindi makatayo.

ADULT
Tyrant

Dominating caregivers ang mga magulang na may kamay na bakal kaya batas militar sa bahay. Sunod-sunuran ang bata at walang boses para makapag-salita.

Ano, napili mo na ba dito ang mga kasama mo sa bahay while growing up? Ang masaklap, kinopya mo sila kaya ganito ka rin sa iyong anak ☹.

The above parenting styles, when done in bad faith and excess could lead to **BASIC HOSTILITY** of the child. This basic hostility is manifested as repressed rage, and your kid may not even be aware of it. Ikaw, be curious with yourself, may galit ka bang nakatago at araw-araw ka nitong ginugupo?

Wait, there's more! Feeling that there was something unsatisfactory with our childhood experiences, dito na manggagaling ang ating insecurity and sense of apprehension (takot). **This childhood anxiety can make one feel isolated and helpless in this hostile world.**

Ang ending, just like our parents, naging adult tayo with neurotic needs as well, thus our maladaptive behavior and wrong view of the world. Ang nangyari tuloy, umikot lang yung cycle of pain sa atin from one generation to the next. From your grandparents to your parents, then from your parents to you, and now from you to your children – **this cycle of trauma must be pruned down to its roots to stop the unending reenactment of pain.**

Hangga't hindi mo maugat ang sakit at maputol ang paghahawaan nito sa iyong pamilya, kailangan mo ng coping mechanism to survive and live a life na parang everything is okay kahit hindi naman. **As per Karen Horney, possible tayong lumayo sa tao (moving away from people), kumapit sa tao (moving close to people), or makipag-laban sa tao (moving against people),** bilang paraan nating maka-cope sa fear, anger, and hostility of this world.

Connecting this with money issues, *moving away from people* may mean not asking for help, relying on one's own strength, and having too much pride. Pwedeng sobrang ina-isolate natin ang sarili sa mga tao, kaya hirap na hirap tayong maka-abante sa pag-asenso.

Independence is good basta hindi siya resulta ng maladaptive behavior due to childhood trauma.

Being too dependent is also not good. *Moving close to people* may mean sobrang umaasa sa iba o gagawin ang lahat – pati bilhin ang pag-ibig para sarili ay maisiksik. "Ginawa ko ang lahat para sa pamilya ko, kaya nagkaganito ang kabuhayan ko." Anong gusto mo, standing ovation o oblation? Did your family even ask you to be like that? I don't think so, nahihirapan na rin sila sayo, TBH.

Fine. Hindi ka dependent sa ibang tao at hindi ka rin naman ermitanyo, palaaway ka naman at vindictive. *Moving against people* makes one apathetic. Walang pakialam kahit may ibang masaktan, basta pera ay makuha kahit sa maling paraan. Dito na nagsulputan ang mga scammers at mambubudol na walang konsensya. Isama mo pa ang kumare mong nakalimutan na ang utang niya. Nakakatulog sila ng mahimbing, habang miserable ang kanilang nabiktima.

This time, be curious but compassionate with yourself. Alin ka dito kaya ka problemado sa pera? Aminin!

Balikan natin ang tanong ko kanina, may sakit ba ako sa utak kaya naghahangad ako ng perang sandamakmak? *Sarili ko na lang ang tinanong ko kasi baka magalit ka* 😂. What about my Poor Mom or my Rich Ma'am, did they have pathological issues on money? Does it mean maluwag ang turnilyo ng utak ng Poor Mom ko kaya sya hampaslupa at baon sa utang, tapos gahaman ang Rich Ma'am ko kaya siya yumaman? Bakit nga ba nagkakaroon tayo ng persona na alipin ng pera kaya sa fame and fortune ay may pagnanasa? Isa lang ang pwede kong isagot diyan, base muna sa aking personal experience. Kaya tayo (oo, ikaw at ako) may problema sa pera ay dahil **we are in pain. Nag-ugat ang sakit sa sugat (trauma) dahil naging vulnerable tayo at walang proteksyon, thus compromising our feelings of safety and satisfaction.**

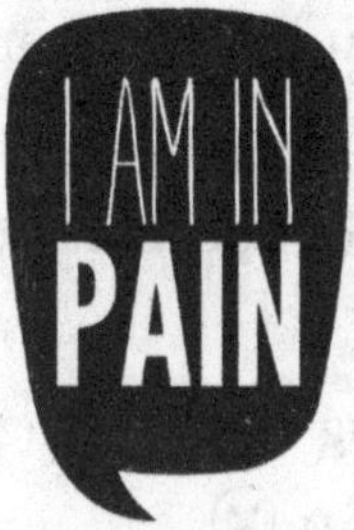

Growing up I didn't feel safe. I also lost my sense of self (authenticity) kaya para akong naging hunyango na kinopya ang buhay ng Poor Mom ko. Ayun tuloy, kagaya niya, muntik na rin akong mabulok sa kulungan.

Tanungin ulit kita (daming tanong, sakit sa bangs! 😂), yang problema mo sa pera, minana o natutunan mo sa iba? When was the last time na wala kang pakialam sa pera - ke meron o wala? Anong last memory mo na carefree ka lang sa buhay dahil alam mong people had your back? What transpired between who you were then and who you are now that made you end up with such money problems?

Sabi nga, it's one thing na pinanganak kang mahirap, wala kang control dun, pero it's a different story kapag nasa iyo na ang lahat ng kapasidad kumita ng pera kaso tila sa kahirapan ay permanenteng residente ka. Mahirap ugatin ang trauma ng problema mo sa pera, pero kung gusto mo talagang magbago ang buhay mo, dito ka dapat mag-umpisa. Yung magpakatotoo (authentic) ka na, alang-alang sa mga taong nagmamahal sa iyo (attachment) at gustong makita ang iyong tunay na pagbabago.

• LIFE IN FULL CIRCLE

Tanda ko pa ang itsura ng babaeng intsik na kumatok sa aming inuupahang barong-barong, may kasama itong dalawang maaangas na lalaki.

"Andyan ang nanay mo?" tanong nito nang sumilip ako sa pintuan.

"W..wala po," alanganing sagot ko. Ang bilin kasi ni Poor Mom, *pag may naghanap sa akin, wala ako.* Kaso naunahan ako ng takot kaya nahalata ang aking kabulaanan (enrich your tagalog vocabulary, research nyo ang meaning ng salitang bulaan, dali!).

"Paihi nga ako," sabay pasok ng intsik sa aming inuupahang kwarto. Ayun, HULI KA BALBON ang Poor Mom ko ☹.

Sa bisa ng warrant of arrest na dala na pala ng mga NBI agents, wala nang nagawa si Poor Mom nang bitbitin siya ng mga ito sa Crame hanggang mailipat sa Valenzuela City Jail. I was 16 then, 4th year high school at kahuli-hulihang batch nang nag-NCEE (pa-research ng year at kung ano ang ibig sabihin ng NCEE 😂).

Twelve years later, ako naman ang may warrant of arrest sa parehong kaso. Gaya ng Poor Mom ko, nag-issue rin ako ng mga checks na walang pondo. Noon bumalik sa akin ang alaala ng anim na taon kong buhay-kulungan. Looking at my sleeping children, aged four and zero (kapapanganak ko pa lang), noon ko naisipang mag-suicide kesa bumalik sa kulungang, palagay ko ay aking magiging libingan.

LIFE TRULY COMES IN FULL CIRCLE. ANG NABUBUHAY SA BARIL AY MAMAMATAY SA BARIL. ANG NABUBUHAY SA DROGA AY MAMAMATAY SA DROGA. NAISIP KONG DAHIL LUMAKI AKO SA UTANG, UTANG DIN NA NAGPAHAMAK SA AKIN ANG MAGIGING MITSA NG AKING KAMATAYAN.

Ngunit, datapwat, subalit, bagamat, buhay pa rin ako ngayon dahil may plano pala ang Diyos 😀. Yun ay ang maisulat ko ang librong ito para magsilbing aral sa inyo. **Kung iisipin mo, pera ang pinakamadaling problema kasi sa totoo lang, maiipon mo ito at pwedeng kitain.** Yet, bakit ang daming nagpapakamatay kapag problemang pera na ang usapan? It almost happened to me, so I'd like to believe na meron akong credibility to talk about this matter.

Alam nyo ang naging realization ko? Hindi problema sa pera ang dahilan kung bakit pinipili ng ilan na tapusin ang kanilang buhay. Kanina ko pa sinasabi, di ba? **Sa likod ng problema sa pera ay may napakasakit na kwento ng trauma.** In my case, I almost ruined the lives of my children who were with me in 2004 during my first bout of mental breakdown. Una pa lang, meron pang kasunod? Oo, dami kasing trauma ni Lowluh, haist!

In reading this book, uulitin ko lang na pwedeng maging offensive ang dating ko sayo, posibleng ma-trigger talaga kita. Hindi rin ako expert na alam ang lahat ng sagot sa tanong nyo tungkol sa pera. All I have is a story of redemption. If you are not into morally ambiguous characters, you will hate me. Iisipin mong

BUT HE SAID TO ME, "MY GRACE IS SUFFICIENT FOR YOU, FOR MY POWER IS MADE PERFECT IN WEAKNESS." THEREFORE I WILL BOAST ALL THE MORE GLADLY ABOUT MY WEAKNESSES, SO THAT CHRIST'S POWER MAY REST ON ME.

2 Corinthians 12:9

sa pagiging masama kong tao, wala akong karapatan mabigyan ng second chance. Kaya lang, mabait ang Diyos natin, He bestowed upon me His grace even if I didn't deserve it.

People often look at me like an innocent victim of tragic circumstances, but in truth, I have a heart of a villain. We are all sinners, wala namang exemption. Pero kung ako minahal at pinatawad ni God, ikaw pa kaya? Just like me, I know you need redemption too. Kaya walang aksidente na hawak mo ang librong ito dahil kagaya ko, **MAHAL KA RIN NI GOD,** at gusto Nyang bigyan ng character arc ang iyong kwento. Sana pag nabasa mo ito, makikita mo na posible ang pagbabago. **Sabi nga sa 2 Corinthians 5:17, "Therefore if anyone is in Christ, he is a new creation..."**

Kapag tumatakbo ang buhay mo ng paikot-ikot, darating ang oras na babangga ka sa kung saan ka nagsimula. When you reach the end of yourself, with nowhere else to go, posibleng dun mo makikita si God na naghihintay lang namang mapagod ka sa kakalaban sa problema. Pag tinawag mo na SYA, ibig sabihin suko ka na.

LIFE TRULY COMES IN FULL CIRCLE, MAYBE IT'S TIME FOR YOU TO BREAK THE PAINFUL CYCLE.

THE CYCLE OF TRAUMA REENACTMENT

What if ang problema mo sa pera ay dahil, gaya ko, meron kang inuulit na istorya ng trauma? Sabi nga ni Steve Jobs, ***You can't connect the dots looking forward; you can only connect them looking backwards. So you have to trust that the dots will somehow connect in your future.***

"Bakit kailangan pang isipin, balikan, at pag-usapan ang nakaraan, tapos na yun? Move on na lang para hindi na maalala ang pait ng kahapon," comment ito ng isang attendee ng aking #brainhealthPilipinas workshop nung ang topic ko ay tungkol na sa TRAUMA.

Totoo naman, mahirap balikan ang nakaraan, pero paano kung nandoon ang hinahanap nating kasagutan? What if memories are not meant to be forgotten? Sa halip na kalimutan, baka kailangan nating makipagbati sa memorya para utak at katawan ay magkasundo na.

Looking back, I didn't know that we were poor kahit ang unang memorya ko ng bahay namin ay barong-barong na may kisameng nababalot ng bulaklaking wallpaper. Kita at rinig dito ang paa ng mga dagang nagtatakbuhan sa gabi. Yet, I felt safe and at home. Ikaw? Ano ang kauna-unahang memorya mo? Ilang taon ka? Nasaan ka? Sino ang iyong mga kasama?

Prior to this though, merong mga kwento tungkol sa akin na hindi ko maalala. I was told that I was a *LOVE CHILD*, naks!

Akala mo talaga 'the chosen one' ang peg eh. Yun pala, my parents, who were married to other people, fell madly in love and had me. Samakatuwid, anak ako sa maling pag-ibig. Yun pala ang LOVE CHILD – anak sa labas, nyak! In the 70's, malaking iskandalo ang kabitan, kaliwaan, at buntisang walang kasamang kasalan. Kaya siguro ako pinamigay at ipina-alaga sa ibang caregiver dahil sa kahihiyan ☹.

Ang hindi alam ng marami, meron tayong tinatawag na primordial memory[2].

PRIMAL MEMORIES ARE OFTEN ASSOCIATED WITH EARLY CHILDHOOD EXPERIENCES AND EMOTIONS. WHILE IT'S NOT POSSIBLE TO DIRECTLY ACCESS THESE MEMORIES IN THE SAME WAY AS MORE RECENT MEMORIES, SOME PEOPLE BELIEVE THAT CERTAIN THERAPEUTIC TECHNIQUES, SUCH AS HYPNOSIS OR GUIDED VISUALIZATION, MAY HELP INDIVIDUALS TAP INTO EARLY EMOTIONAL EXPERIENCES.

Ibig sabihin nito, hindi man maalala ng sobrang bata kong isip ang emosyon, panigurado akong nakaramdam ako ng REJECTION. Ikaw ba naman ang ipagbuntis na may kasamang hiya at pag-aalala sa sasabihin ng madlang pipol? Malamang dahil kabit at hiwalay sa asawa ang Poor Mom ko eh baka inipit pa ako sa tiyan nya para hindi makita agad ng mga matang mapanghusga.

Tapos, sanggol pa lang ay binalak na akong ipamigay (separation from primary caregiver). Meron daw kasing naging kaibigan ang mga magulang ko na mayaman, ipina-ampon daw ako para maging maganda ang aking kinabukasan, aguy! Kaso nabalitaan nilang sa kwarto ng katulong ako natutulog, ayun binawi nila ang Lowluh nyo kaya nauntog. Nabagsakan daw kasi ako ng pintuan nung ako'y gumagapang pa lamang. Hindi kaya ito ang dahilan kung bakit ang turnilyo ko sa utak ay nagluwagan? 😂

Interestingly, may isang pag-aaral[1] kung saan sinukat ang reaksyon ng mga sanggol na iniwan ng kanilang *imprinted caregiver* (Yung nakagisnan ng sanggol na unang nag-alaga sa kanya). Dito napatunayan na meron talagang nadedevelop na attachment issues ang mga batang inabandona. One of these attachment issues is known as *avoidant attachment.*

WHAT IS AN AVOIDANT ATTACHED PERSON LIKE?

THESE INDIVIDUALS WILL LET YOU BE AROUND THEM, BUT WILL NOT LET YOU IN. THEY TEND TO AVOID STRONG DISPLAYS OF CLOSENESS AND INTIMACY. AS SOON AS THINGS GET SERIOUS, DISMISSIVE/AVOIDANT INDIVIDUALS ARE LIKELY TO CLOSE THEMSELVES OFF. AT THIS POINT, SUCH PEOPLE MIGHT TRY TO FIND A REASON TO END A RELATIONSHIP.

"Sobrang sakit nung iniwan mo ako, pagbalik mo hindi na kita papansinin." Ganito ang peg ng mga batang masama ang loob dahil iniwan sila. Ang pambihirang nadiskubre ng mga experts, nung nilagyan nila ng monitoring equipment ang mga sanggol, nasukat nila ang tibok ng puso (heart rate) ng mga ito sa tuwing dumarating ang kanilang primary caregiver. Hindi papansinin ng mga batang may avoidant attachment ang caregiver nila, pero grabe ang hataw ng puso sa monitor kapag nakitang ito ay paparating na. Grabe, noh? Bata pa, great pretender na, iba ang kinikilos sa totoong nadarama.

Ano uling connect nito sa pera? Again, posibleng ang dahilan ng problema mo sa pera ay dahil nga sa trauma – specifically, rejection. You see, my primordial memory made me feel rejected from the very beginning because of the above stories – anak sa kahihiyan, muntik ipaampon, at nabagsakan pa ng pintuan dahil malamang walang nag-aalaga sa akin.

GROWING UP, SIMPLE LANG NAMAN ANG GUSTO NG MGA BATA BUKOD SA BASIC NEEDS (HOUSE, FOOD, CLOTHES, ETC.), IT'S TO SURVIVE. KIDS ALSO WANT SECURITY, ASSURANCE, SATISFACTION, AND ATTACHMENT FROM PEOPLE AROUND THEM. KAYA MASAKIT SA BATANG LUMALAKI ANG MA-REJECT O ABANDUNAHIN.

Unfortunately, I was rejected again. This time, may memorya na ako. From Lucena na lumaki akong walang memorya (aside from primordial memory of rejection), napadpad kami sa Valenzuela, yung bahay na maraming daga.

I remember na nakikipaglaro ako sa mga kabataan ng *langit lupa sino ang taya*, alam nyo yun? Tapos nasundan yun ng hulaan ng kulay ng panty. Dapat hindi maangat ang palda mo para hindi makita ang kulay ng panty mo, otherwise taya ka. Oh, di ba? Panis ang mga computer games ngayon compared sa mga laro namin nung araw 😂. Wholesome na wholesome, hindi pa kasama dun ang bahay-bahayan na may tatay at nanay *(another book - PORN DETOX – another story).*

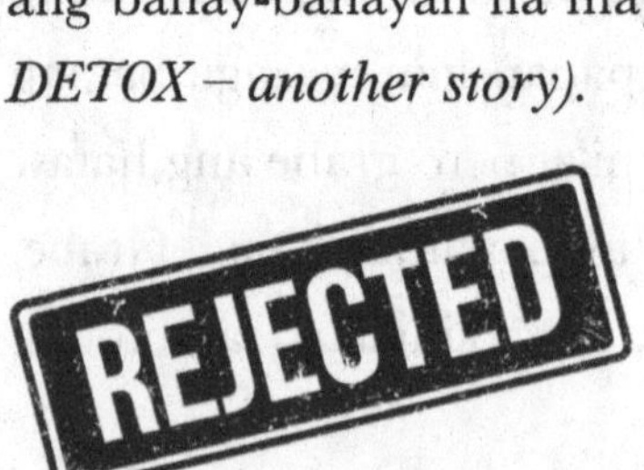

Yun lang, hindi ako nakasali dahil wala akong palda, puro shorts at tshirt lang ang damit ko. Umuwi akong malungkot dahil rejected ako at narealize kong mahirap kami dahil ang papangit ng damit ko. Simpleng kwento, noh? Akala mo wala lang, tampong bata lang, pero may malalim palang sugat na naiwan sa iyong kaibuturan. Ikaw? For sure may kwentong rejection or abandonment ka.

Nasundan naman ito ng paglipat namin sa magandang apartment. Wow! Nag-level up na kami. Hindi ko alam ang trabaho ng mga magulang ko, basta ang alam ko, alis sila ng alis at kung sino-sino ang nagbabatay sa amin ng kuya ko (anak ng nanay ko sa totoo nyang asawa). Tapos nagkaroon kami ng mga bagong gamit sa bahay. Ang saya-saya! From feeling mahirap, nakaramdam ako ng comfort at angas. Mayaman na kami! Hindi na ako ma-re-reject, may pambili na ako ng magagandang damit at bagong panty (Charot!).

Then, isang araw na kumakain kami ng hapunan eh umiyak ang Poor Mom ko dahil tuyo ang ulam. Hindi ko narinig na nagsigawan ang mga magulang ko, yet witnessing my mother

crying, scared me. Alam kong may mali. Dito biglang **may takot na bumalot sa puso ko.** Nito ko na lang natutunan na, instinctively na-threaten ang aking SAFETY. Ayokong umiiyak ang Poor Mom ko o nahihirapan dahil baka umalis siya at iwan kami. Wala nang mag-aalaga sa akin.

Have you ever felt that way as a child, yung ayaw nyong paalisin ang parents nyo kasi baka mamatay? O yung mananaginip kayo na wala na kayong mga magulang, tapos iyak kayo nang iyak paggising? It was scary, right?

Later on, nalaman kong hindi sa tuyo umiyak ang Poor Mom ko, kundi ang dami na namang naniningil ng utang at wala kaming pambayad. Yet, I was oblivious about it. Kung hindi ko lang nakitang umiyak ang Poor Mom ko, hindi ko alam na may problema pala kaming malaki. See, hindi isyu sa mga bata ang ulam at magandang damit, basta sigurado silang may magulang o caregiver na stable ang emosyon at patuloy na mag-aalaga sa kanila.

The next thing that I remembered was seeing our appliances gone. Tapos, nang hindi na makabayad sa apartment, bumalik na kami sa probinsya. Tumira kami sa sidewalk (squatter) at nagtayo ng sari-sari store kung saan nakita ko kung paano magkalaman at mawalan ng laman ang aming munting tindahan. Yun pala, nagpapa-ikot lang ang Poor Mom ko ng perang inutang niya.

WHILE MY PRIMORDIAL (HINDI KO TANDA) MEMORY IS THAT OF REJECTION, MY EARLY (TANDA KO NA) MEMORY IS THAT OF ECONOMIC INCONSISTENCY THAT THREATENED MY SENSE OF SECURITY.

Ramdam ko ang tensyon sa bahay kapag nag-aaway na ang aking Poor Mom at itay dahil sa kawalan ng pera. Kagaya ng unggoy sa pangatlong kulungan, tumataas ang cortisol (stress hormones) ng mga anak na ang mga caregivers ay may pinagdadaanang mabigat sa buhay, tapos masyadong neurotic (easily rattled) ang mga ito to deal with the family struggles.

Both of these, REJECTION & INCONSISTENCY, bred INSECURITY and my wishful thinking na, "*Sana may pera ako para matulungan ko ang mga parents ko. Kung may pera kami hindi na sila mag-aaway at magiging masaya kaming pamilya.*"

Meron din kayong ganitong thoughts nung bata pa kayo, di ba? Kaya naman ipinangako natin sa ating mga magulang na "Paglaki ko, ibibili ko kayo ng kotse at sariling bahay!" Kalokohan! Tapos may dagdag pang, "Hinding-hindi rin ako mag-aasawa, dahil ayaw ko kayong iwan mag-isa." Sus, kaya naman pala nagpabuntis/nambuntis ka na lang (charot!), tapos magulang mo rin ang pumasan. Haist!

Another thing that added to my insecurity was the idea that my mom was the only one agitated about money. Bakit sa usapang pera, ang itay ko ay hindi bida? Sa bahay lang kasi sya at walang trabaho. Ang nanay ko naman eh palaging umaalis, kakahanap ng pera este kakautang pala. I loved my father for being there, but a part of me was resentful of him dahil wala siyang silbi. Bakit puro Poor Mom ko lang ang nagtatrabaho, anong ginagawa ng itay ko? Growing up, may ganito ba kayong pakiramdam sa tatay nyo? Ang kaibahan lang, walang bisyo ang itay ko. At least hindi sya nagsusugal o lasenggo, may pagka-malibog lang (*that's for another book - PORN DETOX - another story*).

When my Poor Mom exhausted all her efforts na utangan ang buong ka-Lucenahan, I found myself without a father and living with my Poor Mom suffering from mental breakdowns. Napagkasunduan kasi ng itay at Poor Mom kong maghiwalay muna. Sa Maynila nakakuha ng trabaho ang itay ko bilang karpintero at noon nagpadala ng gatas at pera. Nanganak pa kasi ulit si Poor Mom bago umalis si itay pa-Maynila. Kaso hindi kayang mabuhay ng Poor Mom ko ng walang lalaking sasandalan (emotionally).

It's over *(goodbye)*

Tapos kapapanganak pa lang nya, posibleng may postpartum depression pa. She tried depending on my half-brother, pero noon nag-umpisang maging adik sa solvent at cough syrup ang teenager kong kuya. Lalong nalunod sa kawalan ang Poor Mom ko kaya nagulat na lang akong nasa Maynila na kami, watak-watak, at ako'y sa ibang bahay tinambak.

REJECTED and ABANDONED again, I was trying hard to adjust, sobrang laking pagbabago na nagkahiwa-hiwalay kami. Naiwan ang kuya ko mag-isa sa Lucena para mag-aral pero lalo lang nalulong sa droga. Napunta ako sa Tondo, nakitira sa mga estrangherong katrabaho dati ng mga magulang ko. Kung bakit dun ako ipinagkatiwala, aba'y malay ko! Habang ang bunso kong kapatid na tatlong taong gulang pa lang eh pinaalaga ng Poor Mom ko sa legal wifey ni itay. Oh, dah ba? Pang MMK talaga ang aming istorya.

"Magsisimula lang ulit kami ng nanay nyo," sabi ng itay ko.

"Kapag nakahanap na ako ng bahay na uupahan natin, magsasama-sama ulit tayo." pangako ng Poor Mom ko bago nya ako iwan sa poder ng ibang tao.

Anong nangyari? Ba't nagkawatak-watak kami? I remember, it was the dead of night when my brother came home, lango sa cough syrup. Galit na galit ang Poor Mom ko kasi hindi na nga maasahan ang kuya ko, sakit pa sa ulo. Mas takot kasi si kuya nung kasama pa namin si itay, eh nung umalis na ang evil stepdad nya (tyrant kasi si itay kay kuya), parang nakawala ang kapatid ko sa hawla.

Yun ang first time kong maka-witness ng violence. Galit na galit ang Poor Mom ko na nagsisisigaw, sabay basag ng bote ng beer at tutok sa leeg niya.

"Anong gusto nyo! Mamatay na ako para magkahiwa-hiwalay na tayo?!" nanggagalaiti si Poor Mom ko.

Witnessing this, my safety and security as a child was seriously threatened again. Buti na lang marunong na akong mag-dissociate (lumabas ang isipan sa aking katawan para takot at sakit ay hindi ko maramdaman). Noong mga panahong ito, nangyari na kasi yung kwento namin ng itay ko *(another book – PORN DETOX – another story)* kaya happy ako nung nagkahiwalay sila ni Poor Mom.

Noon kami binitbit ni Poor Mom pa-Maynila para makipagbalikan ulit kay itay. Hindi muna niya isinama ang kuya ko dahil nga nag-aaral ito ng kolehiyo. *In fairness, typical Pinoy, wala nang pera nagpapaaral pa.*

Mabait naman yung pinag-iwanan sa akin. Kaso malaki silang pamilya na maraming anak at mga ampong pamangkin. Tapos, nakisiksik pa ako. Bukod sa sobrang sikip, matipid sa pagkain, at syempre kailangan kong makisama kaya dapat kumilos sa loob ng bahay. Alam mo yung pakiramdam na hindi ka belong? Again, feeling rejected – kung may bibilhing pagkain, maghihintay ka kung bibigyan ka. Kung may bagong damit malamang hindi ka kasama. May usapan sila na madalas hindi ka kasali, kasi nga outsider ka. Hindi ako binubully or anything pero may lungkot na hindi kayang ipaliwanag ng salita, kaya gabi-gabi akong lumuluha. Napapaligiran ng maraming tao, pero nag-iisa sa kawalan ang puso ko.

INTERESTINGLY, YUNG GANITONG PAKIRAMDAM – FEELING ABANDONED AND REJECTED – AY MAY PHYSIOLOGICAL EFFECT. IBIG SABIHIN, YUNG SAKIT NANG PAG-ITSAPWERA SA IYO AY NAREREGISTER SA BAHAGI NG UTAK NA NAKADARAMA NG PHYSICAL PAIN – AS IF LITERAL NA SINASAPAK KA, KAYA MASAKIT.

Kaya sa panic attacks, yung katawan natin ang inaatake (GERD, acid reflux, trembling, etc) kahit wala namang literal na bugbugang nangyayari. Ito pala ay dahil, some forms of emotional pains (rejection, abandonment, microaggression, etc.) are registered in the same area of the brain na umiilaw o namamatayan ng ilaw kapag ikaw ay pisikal na sinaktan[3].

Bukod dito, miss na miss ko pa yung bunso namin na parang ako na ang naging nanay. I was 9 when she was born, we got separated when I was 12. Kaya nung hindi ko na talaga matiis na nakatira sa bahay ng iba, nakipag-away ako, nag-freak out, at gumawa ng gulo. Ayun, napilitan akong itira ng itay ko sa bahay ng legal niyang asawa, kasama ang bunso namin at mga kapatid ko sa ama.

Matapos ang ilang buwan, rambulan na naman! Nakahanap na kasi si Poor Mom ng bahay na pwede naming tirhan. Binawi kami ni Poor Mom sa asawa ni itay. Ang siste nga lang, pati si itay sa bawian eh damay (aguy!). In fairness, sobrang bait ng legal wifey ni itay, never na pinatulan ang topak ni Poor Mom. Ngayon alam nyo na kung kanino ako nagmana?

ADJUSTMENT DISORDER

Grabe, sa loob ng isang taon, while in grade six, eh nagpalipat-lipat ako sa limang elementary schools. Sakit sa bangs kasi iba-ibang kaklase, teachers, at lugar. No wonder meron din akong social anxiety issues while growing up. Haist! Sino ba namang hindi magkakaroon ng adjustment disorder, daig pa namin ang kriminal na paiba-iba ng hide-outs.

Okay na sana eh, sama-sama na ulit kami dito sa Maynila, kaso napaaway na naman kami sa kahati ng Poor Mom ko sa apartment. Nakitira kami sa simbahan, kaso pati asawa ng pastor nabudol ng Poor Mom ko at inutangan, hanggang mauwi na kami sa bahaing bahay namin sa Arkong Bato kung saan nahuli ng mga NBI ang Poor Mom ko.

Sa totoo lang, sa buong memorya ng paglaki ko, sa kulungan kami pinakamatagal tumira. Anim na taon ang Poor Mom ko sa jail, ibig sabihin (on average) wala pang tatlong taon ang inilalagi namin sa mga nakaraang tirahan. Paano ba naman eh takas kami nang takas. Hindi kasi titigil si Poor Mom hangga't hindi ma-saturate ang lahat ng kapitbahay para utangan.

Nagkahiwa-hiwalay ulit kami nung makulong si Poor Mom. Iniwan kami ng itay ko sa isang boarding house malapit sa kulungan, nagbayad ng unang buwan tapos hindi na kami binalikan. Umuwi na ulit siya kay legal wife, na sobrang bait, tinanggap pa rin si itay kahit ang dami nang strikes. Tapos ang kuya ko naman na may asawa, dalawang anak, at regular sa trabaho, ayun hindi kinaya ang pressure nang makulong ang Poor Mom ko. Hindi na bumalik matapos magpaalam na bibili ng suka sa kanto. Nabalitaan na lang namin na palaboy kung saan-saan, lulong sa alak at droga kaya hindi na namin sinundan.

Bitbit ang bunso kong kapatid, noon na kami natulog at nakitira sa loob ng selda. Looking back, in my whole journey, hindi ko naranasang magutom o mawalan ng damit at bahay. Oo, madalas gipit at mahirap ang buhay, pero hindi naman kami tumira sa kalye at namalimos na parang busabos. Noong nasa jail nga, daig pa namin ang mga nakatira sa exclusive subdivision. Sila eh iilan lang ang security guards na bantay bahay. Kami, tatlong levels ang entry gates at maraming jail guards ang nagbabantay habang natutulog kami sa selda, si Poor Mom pa ang mayora, san ka pa? 😂. Pwedeng isipin na ang background

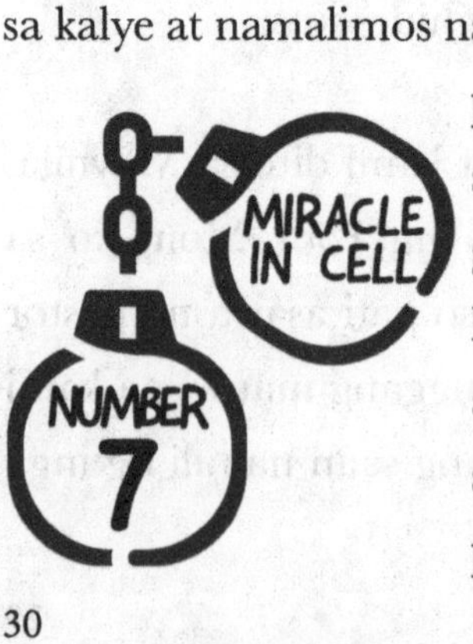

ko ang dahilan kung bakit nagkaproblema ako sa pera. Pwede. Kaya lang hindi ako lubos na kumbinsido. Kasi ang kwentong kulungan ko nga ang nagtulak sa aking magsumikap. Yet, sa dulo, kagaya ni Poor Mom, eh sa kulungan din pala ang aking bagsak.

AGAIN, CONNECTING THE DOTS SABI NGA NI STEVE JOBS, KAILANGAN KONG ALAMIN BAKIT GANITO ANG NAGING PARAAN NI POOR MOM NG PAGPAPALAKI SA AMIN? ANG KAGANDAHAN, KAPAG MASUSI MONG NA PROSESO ANG IYONG NAKARAAN, MARAMI KANG AHA MOMENTS NA MALALAMAN. DITO MO TULOY MAKUKUHA ANG MGA SAGOT SA MARAMING KATANUNGAN.

Why did I grow up with such a distorted view of money management? Dahil pala yun sa tinatawag na **TRAUMA REENACTMENT.** Both genomic imprinting (nature) and environmental factors (nurture) played an important role simply because my Poor Mom also suffered from DEVELOPMENTAL TRAUMA. Yung mga pait ng Poor Mom ko sa buhay niya noong bata pa siya ay nabitbit at inulit niya sa amin bilang isang ina.

POOR MOM'S LOVE ME SYNDROME

Youngest of seven (7) siblings, maagang naulila sa ina ang Poor Mom ko. I was told that my grandma was from Spanish descent and had old money set aside by her parents so she and her brother could live a better life for themselves.

Kaso nakapangasawa ang lola ko ng not-so rich local Pinoy na mahilig sa barik (maglasing). When my lola was alive, meron daw malaking lupain at bigasan ang pamilya ni Poor Mom. Minsan pa nga ay nahahaluan ng ginto ang bigas dahil nalalaglag ang mga alahas ng tita ko kapag naglalaro sa giikan ng palay. Nang mamatay ang lola ko, pitong taon pa lang ang nanay ko, kailangan pa ng aruga na hindi niya nakuha. Naging abala kasi ang lolo ko sa pagtakbo sa pulitika na ang labanan eh ubusan ang pera, tapos sa huli eh talo naman pala. Naibenta ang mga lupa, at ang kwento ng yaman ng pamilya ni Poor Mom ay naging isang alamat at hiwaga.

Isipin mo yung pito kayong magkakapatid, tapos yung first half naka-experience ng hirap, yung second half naman ay naka-experience ng ginhawa dahil sa pagsisikap ng mga magulang nila? Yung sa Poor Mom ko, the first four siblings experienced a posh life. Tapos ang sumunod na mga tito at tita ko, kasama ang Poor Mom ko, ay puro kahirapan na ang naranasan.

Ito yung mga panahong fourteen years old pa lang ang mga tita ko ay nagtatanan at nagsisipag-asawa na, tapos yung Poor Mom ko na malapit nang mawala sa kalendaryo eh palaboy-laboy pa. Base sa pagproseso ko sa kwento ni Poor Mom, ito ang mga nakonekta kong kapareho ng aking pinagdaanan.

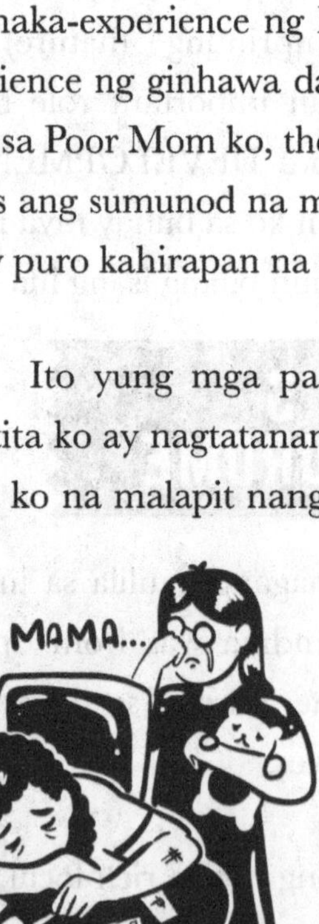

First trauma reenactment. My Poor Mom felt abandoned having lost her mom at such a young age. Na-realize kong kaya madali para sa Poor Mom kong mamigay ng anak o magpalaglag (Opo, nagpapa-abort siya na parang wala lang) dahil wala siyang idea kung paano maging isang ina. Para siyang padre de pamilya (ama) na walang inisip kundi kumita ng pera. Kahit magkasama kami sa bahay, absentee mother sya na palaging preoccupied at busy.

DISCLAIMER HA, HINDI KO SINISISI SI POOR MOM FOR BEING THE WAY SHE WAS. IN FACT, PARA SA AMIN DIN NAMAN ANG GINAWA NIYANG PAGSISIKAP. NILALAPAG KO LANG ANG MGA ITO PARA MAIPAKITA SA INYO KUNG PAANO KO NA-PROSESO ANG PATOLOHIYA NIYA SA PERA.

Looking back, wala rin akong maalalang bonding moments naming dalawa, maliban na lang nung nasa jail na sya. Napwersa syang makipag-bonding sa akin kasi wala naman siyang choice.

Second trauma reenactment. My Poor Mom grew up living from one household to another. Kapag walang mag-aalaga, dahil busy nga ang itay nya sa pagbabarik at pulitika, ipamimigay muna si Poor Mom sa bahay ng ate o kuya nya na may mga asawa na. Kaedad nga naman ni Poor Mom ang mga pamangkin nya kaya meron siyang kalaro, kung hindi man eh instant yaya siya ng bagong panganak niyang pamangkin.

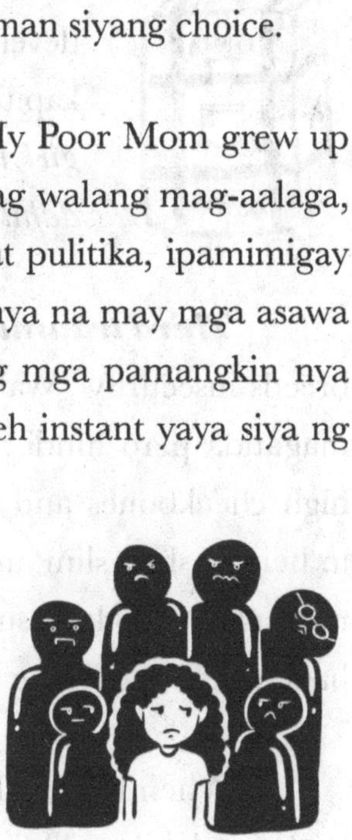

Imagine fitting yourself in a family that you don't belong to. Kahit anong pilit mong ipagsaksakan ang sarili mo, outsider ka pa rin. Palagay ko ito ang pakiramdam ng Poor Mom ko. Kapag masaya sa bahay ng kapatid nya, andun sya. Kapag nagka-inisan o may problema, either aalis siya o paaalisin para tumira sa ibang kapatid nya.

"Sa iyo na muna si Bebot at napakaligalig. Ang tigas pa ng ulo." Madalas ko itong marinig sa mga tita at tito ko kapag nagkukwento sila kung paano si Poor Mom lumaki.

"Napakatapang niyan! Kung saan-saan nakakalarga. Nakakapagpa-Maynila yan nang mag-isa," sabi ng isa ko pang tita. Nung panahong yun, di pa uso ang women empowerment kaya napaka-rare sa isang probinsyana ang magkaroon ng malakas na personality at sense of independence.

As such, naging nomad ang nanay ko kaya ganun din ang nangyari sa aming magkakapatid. Living from one place to another, hindi ako naka-develop ng solid relationship sa mga kababata, kapitbahay, o community ko. Lagi akong *the new girl in town* na susundan ng *the family who left dahil sa laki ng utang*.

Third trauma reenactment. Abandonment and rejection breeds insecurity. Walang nanliligaw sa Poor Mom ko. Hindi siya maganda pero hindi naman siya pangit. She's actually cute with high cheekbones and flawless fair skin. Standing less than 5 feet in height, she's slim and very feminine. Base ito sa mga pictures na nakita ko, di ko lang sure kung maligalig na ang Poor Mom ko nung bata pa sya kagaya ng kinalakihan kong ina.

When I say maligalig, palaging nagmamadali ang Poor Mom ko kaya dahil sa liksi nya eh hindi quality ang trabaho. "Pwede na yan, basta makuha ko ang gusto ko now na!" Ganyan ang peg ng aking ina, hindi pwede ang esep-esep muna. It means that my

Poor Mom had a highly impulsive brain, dahil gaya ko malamang eh naalog ang utak niya.

May isa pa kasing kwento na nabangga ang Poor Mom ko ng rumaragasang jeep at tumapon siya sa gutter matapos mabagok ang ulo. Nawalan ng malay, pero nang magising eh naglaro lang ulit si Poor Mom. "Malayo naman sa bituka," sabi ng mga kalaro niya. Grabe, noh? Nabagsakan ako ng pintuan tapós ang Poor Mom ko naman ay muntik masagasaan. Traumatic brain injury (TBI), malamang meron kami pareho ni Poor Mom.

Kaya siguro walang sense of humour ang Poor Mom ko at waring hindi mapakali sa isang tabi. Manonood kami ng sine na nakakatawa pero siya eh blanko ang mukha tapos magtatanong pa, "Bakit? Anong nangyari?" Malamang noon pa man lumilipad na ang utak ni Poor Mom. Just like me, she couldn't savor and stay in the moment dahil lagi siyang on the go. Andyan ang katawan niya physically, pero wala kang kausap. Empty shell lang siya na korteng cute na babae.

I digressed. Balikan natin ang ligawan isyu at koneksyon nito sa third trauma. Just like my father, my maternal lolo was a weak man. Wala itong naging trabaho sa pagkakatanda ko kundi umasa sa kabuhayang iniwan ng asawa. In fact, nung nag trabaho ang aking Poor Mom, ginawa pa nyang yaya ang lolo ko. Kaya favorite nito ang kuya ko, lumaki kasi si kuya sa lolo ko nung nagkahiwalay sina Poor Mom at ang husband nya.

Interestingly, my mom got married on a dare. Lahat sila nagsasabing, "Bebot, bente sais ka na, matandang dalaga. Konting kembot at wala ka na sa kalendaryo." Seriously, nung araw kasi eh teenager nag-aasawa ang mga tao. Kaso gusto si Poor Mom ng mga nanay dahil masipag daw at may diskarte sa buhay, pero never niligawan ng mga anak na kalalakihan. Matigas kasi ang ulo ni Poor Mom at malamang ramdam ng mga lalaki na hindi nila ito masusuheto.

Then one day isang araw, may umakyat ng ligaw sa bahay na tinutuluyan ni Poor Mom. Nakatira noon si Poor Mom sa ate nyang maestra na may asawang pulis. The epitome of an ideal couple, noong araw. Ito palang tita ko ay araw-araw na sakay sa jeep na ang may-ari ay ang driver na umakyat ng ligaw. Na starstruck daw ito sa tita ko. Ayun, matapang na dinalaw ito sa bahay, not knowing na pulis ang asawa ng babaing nagustuhan niya. Sa taranta, nang tinanong daw ang driver kung sino ang liligawan, itinuro nito ang Poor Mom ko.

Aba si Poor Mom, dahil alam ang totoo ay sinabing, "Oh sya, kung seryoso ka sa akin bukas na bukas din ay mamanhikan kayo ng inyong angkan." Sa kahihiyan eh nagkaroon ng biglaang kasalan. My Poor Mom married a mama's boy na lumaki namang ulila sa ama. Hindi rin ito nagtatrabaho ng maayos dahil sa may kayang ina umaasa.

Nang ipanganak ang step-brother ko, hindi rin marunong maging ama ang asawa ni Poor Mom. Siguro dahil wala kasi itong tatay na pwedeng gawing model, at hindi nya rin ganun kamahal si Poor Mom. Tapos gaya ng lolo ko, mahilig din ito sa inuman.

For quite some time, my mom supported my Lolo and her husband, until nakilala ni Poor Mom ang itay ko. Matipunong sales agent ito na ang mantra sa buhay ay, "Appear successful to be successful." Kaya maangas manamit at pumorma si itay pero ang totoo eh hampas-lupa din pala. Meron na itong asawa at higit sampung anak nung makilala ito ng aking ina. Budol talaga!

IF YOU WANT TO BE SUCCESSFUL YOU MUST LOOK SUCCESSFUL

Yet, my Poor Mom needed to overcome her insecurities bred by abandonment and rejection. Kailangan niya ng attachment na makukuha niya kapag marami siyang pera. Matapos magpalipat-lipat ni Poor Mom sa iba't-ibang bahay at pamilya, hindi rin siya nagtapos ng college bilang maestra. Agad naman siyang nakapagtrabaho bilang Colgate-Palmolive girl (naks!).

Naabutan nyo ba yung mga nakasakay sa jeep na sales agent tapos eh nadayo sa mga liblib na probinsya para magbenta ng mga sabon, colgate, atbp.? Hindi na siguro alam ito ng mga bagets, pero uso ito dati.

Dahil maliksi at mabilis kumilos si Poor Mom, ang galing magbenta, kaya limpak ang komisyon. Nung makatikim ng pera, dito na niya nakuha ang pagmamahal at pagsamba ng pamilya.

Tantya ko, nagkaroon si Poor Mom nung tinatawag na, *'Pls love me syndrome'*. Una ko itong nabasa sa libro ni Dr. Gabor Mate. Pera ang naging mabisang weapon ni Poor Mom para mahalin siya ng mga kamag-anak niya. See, ang dahilan bakit nagiging gahaman ang tao sa pera ay hindi usually kahirapan o malagim na nakaraan, minsan meron lang silang gustong punuan na kakulangan.

When she learned that my father was not that rich, Poor Mom worked doubly hard to provide for my father's family kapalit ng oras nito na ibibigay sa kanya. Grabe, noh? Ang mahal ng presensya ng itay ko, gwapo masyado (charot!). I was conceived dahil ilang beses na gustong makipaghiwalay ni itay pero humingi daw si Poor Mom ng souvenir – ako nga iyon, ang kanilang LOVE CHILD, na nasundan ng isa pa. Mga pasaway, di ba?

Tribe Souvenirs Momentos

"Maganda kung may souvenir na maiiwan sa akin, dapat may maiwan din sayo kapag naghiwalay na tayo," Grabe ang topak ng mga magulang ko, noh? Kapag sinful talaga ang mga tao, napaka-unreasonable mag-isip ng mga ito. Imagine, ang komplikado na nga ng relasyon nila, nag-anak pa! Kami tuloy mga anak ang nagdusa, haist!

Kaya yung pangalawang anak nila ay ipinamigay naman sa tiyahin ng itay ko. Grabe, noh? Ano kami, figurine na pinamimigay sa mga bisita kapag may kasal o binyag, aguy! Kaso wala pa rin, hiwalayan kuno na nauwi pa sa pangatlong anak na babae. Ito na yung bunso na kasama kong lumaki sa kulungan. Kung hindi pa nakulong si Poor Mom, walang magaganap na hiwalayan.

NOW, WHY AM I TELLING YOU ALL THESE? ISIPIN MONG MABUTI, HINDI KA IPINANGANAK NA MAY PROBLEMA SA PERA KAHIT MAHIRAP KA. GROWING UP, WE LEARN HOW TO EARN MONEY EITHER THROUGH EDUCATION OR EXPERIENCE. SOMETHING OR SOMEONE ALONG THE WAY INFLUENCED YOU TO BE THE WAY YOU ARE RIGHT NOW WITH MONEY, ANO YUN? SINO YUN? ANONG PANGYAYARI ANG SUMUGAT (TRAUMA) SA IYO NA ANG NAISIP MONG SOLUSYON AY PERA – EITHER MAGKAMAL NG PERANG HINDI MO PINAGHIRAPAN O MAGWALDAS NG SALAPING HALOS DUGO MO ANG PUHUNAN.

Nung **minapa** ko ang trauma ng aking mga magulang, dun ko napagtanto kung bakit magulo ang aking kinahinatnan. My Poor Mom grew up without a mother, inalagaan man ng mga kamag-anak, feeling outsider pa rin. Then, when she tried to build a family of her own, she failed miserably. **ABANDONMENT - REJECTION - INSECURITY, this trifecta of anti-safety pushed my Poor Mom to earn money and spend it to buy protection and affection.** In the name of attachment, my mom lost her true self. Nagsuot siya ng persona (maskara) na okay siya, kahit sa likod nito ay duguan ang puso at kaluluwa dahil sa bitbit na trauma mula pagkabata pa.

My Poor Mom's lost soul gravitated toward men whom she thought would save her – tatay nya, asawa, at anak (kuya ko). She ended up with my father who had his own share of developmental trauma. Panganay sa apat na magkakapatid na lalaki ang tatay ko, tapos, my paternal lolo died after World War II. Bilang balo, ipinamigay muna si itay sa tiyuhin nya para pag-aralin. Hindi na rin siya nabawi para muling mabuo ang kanilang pamilya, dahil nagkapitong anak pa si lola sa ikalawa nitong asawa. Walang room para sa tatay ko na bumalik sa piling ng nanay niya.

Abandoned and rejected by his mother, nang matapos mag-aral eh nabuntisan ng itay ko ang pamangkin ng tiyahin niya – hindi kadugo pero kapamilya.

My father's ambition was to be a rich man. Bata pa lang siya, tumatak na sa isip nya na kailangan niyang mag-aral para suportahan ang mga kapatid na ulila na rin sa ama. Na-pressure siguro kaya naging libangan ni itay ang maging babaero. Ayun, nakatapos ngang mag-aral, wala rin namang naging pakinabang sa pamilya dahil nauna ang pag-aasawa at nagkaanak pa ng labingdalawa, bukod pa kaming tatlong daughters niya.

Grabe, noh? My Poor Mom didn't have a mother so she longed for an attentive father, kaso wala eh. Hindi man lalakero (promiscuous) ang Poor Mom ko per se, uhaw naman siya sa pagmamahal ng lalaking responsable.

Ang itay ko naman ay walang ama, kaya parang madali sa kanyang abandonahin ang higit sampu niyang anak (during that time) para sumama kay Poor Mom – kahit balik-hiwalayan-balik-hiwalayan ang madalas kauwian. He longed for a mother's love na naging dahilan kung bakit ang likot niya sa mga babae (sexually). Gaya ng Poor Mom ko, naghahanap si itay ng pagmamahal at kalinga ng ina. Ang pangarap ng itay ko ay babaeng matalino, empowered, at independent, yet, he ended up marrying a supposed cousin whom he grew up with. Hindi ito marunong magbasa at magsulat pero magaling na seamstress. Mahiyain ito, hindi mahilig mag-ayos ng sarili, at ayaw sumama sa mga work gatherings ng itay ko. My father saw what he was looking for in my Poor Mom's strong persona, pero ang ending, nilampa siya ng Poor Mom ko at ginawang taong bahay kagaya ng itay at asawa nya.

All of these na-assess ko dahil minapa ko ang pait ng buhay ng mga magulang ko na naipasa sa paraan ng pagpapalaki sa akin, at pwede ring dahil sa genome imprinting *(read the rat experiment in #Baliw series book)*.

Tying the above to my own story, I grew up in a dysfunctional family from whom everybody knew me to be an illegitimate child. Nung mamatay ang lolo at lola ko sa mother and father side, ang ribbon ng pangalan namin sa kabaong ay naka-separate, ouch! Sa family tree, kami yung unwanted fruit. The mere fact na kaya akong ipamigay ng mga magulang ko showed na kahit kasama nila ako sa bahay eh parang wala sila dun. Kaya naman nabagsakan ako ng pintuan at naging biktima ng pangmomolestya (*another book – PORN DETOX – another story*).

Fortunately, hindi ako nakawitness ng bugbugan, lasingan, droga, matinding gutom, at ni hindi ako pinagbuhatan ng kamay, pero nagka-trauma pa rin ako sa maraming bagay. Iba-ibang caregivers, open opportunity to sexually assault me, economic inconsistencies (magkakapera, mawawalan ng pera, lipat nang lipat ng bahay, walang community at kaibigan), and emotionally distant mother ang ilan lang sa sugat ng aking kaluluwa na naging daan para mali ang maging diskarte ko sa pera.

Klaruhin ko lang ulit ha, HINDI KO SINISISI ANG MGA MAGULANG KO SA NANGYARI. I think we are already beyond the blaming game. **Kaya hindi intensyon ng librong itong balikan ang pait ng buhay mo para sisihin ang kung sinumang taong nanakit sa iyo**. Ang punto, learning about your past should give you a better understanding and compassionate curiosity of yourself. Oo, posibleng biktima ka, pero hindi mo kailangang maging villain na kagaya ko, pwede kang maging victorious hero ng iyong kwento.

Dahil namapa ko na ang pait ng aking buhay at kabataan, noon ko napagtantong kaya ako nagkaroon ng malaking problema sa pera ay dahil gusto ko ng KALAYAAN. I always felt trapped and suffocated with my life. I wanted a different life. Gusto kong pumirmi sa isang lugar, magkaroon ng sariling bahay, at trabahong meron akong regular na sweldo. I wanted a life different from my Poor Mom. I didn't care about the money, never kong pinangarap na maging mayaman. Lumubog ako sa utang dahil ang akala ko, mabibili ko ang aking FREEDOM.

Ang itay ko, lumaking gustong yumaman dahil sa status symbol. Bilang lalaki, gusto niyang maging mataas ang ihi sa iba at patunayang mabuti siyang padre de pamilya. He failed miserably because he was not able to deal with his childhood trauma. My Poor Mom needed the money to purchase love from her family. She also failed miserably.

Growing up, ipinangako ko sa sarili kong iba ang magiging ending ng aking kwento kaya naman sa kulungan nabuo ang pangarap kong makatapos ng pag-aaral by hook or by crook. Ang alam ko kasi noon, aahon ako sa hirap kapag may diploma (Isang malaking kasinungalingan lang pala! 😂). Dahil lumaki akong walang trabaho at regular na sweldo ang mga magulang ko, tumatak sa isip kong paglaki ko, sisiguraduhin kong buwan-buwan ay may matatanggap akong pera

bilang empleyado. It was too late when I learned that **an employee equates to a professional slave.** Bato-bato sa langit, ang tamaan maanghit 😀. Again, I'm here to offend you, pero choice mo kung masasaktan ka habang brutal kong sinasabi sa iyo ang totoo.

DAKILANG ALIPIN

Ginising ng negosyante ang bankero na nasa lilim ng malaking puno para makatawid sa kabilang ilog.

"Wala ka bang pangarap sa buhay?" Tanong ng negosyante sa bangkero habang sakay sila ng bangka.

"Anong ibig nyong sabihin?" Tanong din ng bangkero.

"Ayaw mo bang magkaroon ng trabahong may regular na sweldo o negosyo?"

"Bakit ko po gugustuhin yun?" Tanong na naman ang sagot ng bangkero.

"Para magkaroon ka ng pera."

"Bakit po dapat may pera?"

"Para makabili ng pagkain." Gulat na sagot ng negosyante.

Sinong hindi alam ang gamit ng pera?

"Bakit kailangan kumain?"

"Aba'y para ka lumakas." Naiinis na ang negosyante sa bangkero, iniisip na ang vovo nito.

"Bakit ko kailangang lumakas?"

"Aba'y para makapagtrabaho o magkapag-negosyo ka. Nang sa ganun ay may pera ka, makabili ng pagkain, lumakas, at magtrabaho ulit. Nang sa ganun pagtanda mo ay maka pahinga ka at makatulog nang mahimbing." Iritableng paliwanag ng negosyante.

"Eh, bakit ko naman hihintayin pang tumanda ako para gawin yun? Kanina lang eh natutulog na ako ng mahimbing," sagot ng bangkero.

May point si mamang bangkero ha. 😀

"Mag-aral kang mabuti para makaahon ka sa hirap," sabi ito ng mga magulang ko noong araw. KALOKOHAN! Isang malaking budol! Ang totoo, edukadong empleyado ang karamihang baon sa utang. Tama ako o tama ako? Ganito ang utak ng mga Pinoy. Buti nga dahil sa social media medyo naiba na ito lalo at natutong mag-freelance ang mga matatapang at madidiskarteng Pinoy. Konting kembot lang sa Tiktok may kaching-kaching na. Gumawa ka lang ng FB reels na may pinapasikat na tugtog, million views na. Yung tindera ng isda sa palengke, nag-upload lang ng videos kung paano maglinis ng tilapia kumita na ng $59 sa Youtube channel niya. Hindi na lang otso oras kada anim na araw ang paraan para ka kumita ng pera sa panahon ngayon, noh! Kaya maraming kabataan ang ayaw maging empleyado, alam na nilang sa huli, dakilang alipin lang sila ng Maynilad at Meralco. (Charot!)

Hindi sa minamata ko ang mga manggagawang Pinoy, real talk lang. As of this writing eh employed pa rin ako – proud dakilang alipin pero hindi na madaling budulin. Ang punto ko lang, hindi "*be all and end all*" ang pagkakaroon ng trabaho para siguradong sa pera ay wala kang isyu. Marami tayong kababayang employed pero talagang gipit na gipit, living from paycheck to paycheck. Sabi nga sa isang kanta, "Isang kahig, isang tuka. Ganyang kaming mga dukha."

Ano bang journey ko bilang isang dakilang alipin? Balikan natin, ha. Nang sa wakas eh makatapos akong mag-aral, dahil pinag-aral ako ng pulis na ginawa akong mistress (*another book, another story*), super excited akong makatanggap ng sahod at matupad ang tsismis na aahon ako sa hirap. Kaso wala akong mahanap na work ☹. I was rejected again.

Computer Science ang tinapos ko sa Far Eastern University - East Asia, sosyal! Kaso bumagsak ang Asian economy nung 90's, si FVR ang presidente ng Pinas noon. Muntik na dapat akong makapasok sa Citibank bilang Cobol programmer pero na-freeze ang hiring nila dahil nga bumagksa ang ekonomiya. Halos isang taon akong tambay. Nawalan talaga ako ng self-confidence ☹.

Noon ako napasok sa pagiging computer instructor. Hype na hype noon ang fly by night computer schools. Sabi nga, "If all else fails, teach." Bilang teacher, ang sakit, noh?

"Ah, teacher pala kaya nabaon sa utang," baka sabihin nyo. Aguy! Hindi naman po. Mali na ang prinsipyo ko sa pera bago pa ako nakapag trabaho. Kahit siguro maging IT practitioner ako that time, dahil sa sapin-sapin na trauma mula pagkabata, hindi na maganda ang pananaw ko sa pagkita at paggastos ng pera.

BUKOD SA NA-IMPRINT SA AKIN ANG LIFESTYLE NG POOR MOM KONG UTANGERA (NURTURE), THE REJECTION, INCONSISTENCY, AND INSECURITY THAT MAY HAVE BEEN GENETICALLY PASSED ON TO ME BY MY MOTHER (NATURE) ALSO PLAYED A CRUCIAL ROLE IN MY MALADAPTIVE BEHAVIOR ABOUT MONEY.

Isama pa ang maling relasyon ko sa lalaki at paglayo sa Diyos, I was a walking disaster – worst than my poor mother – waiting to happen.

Biruin nyo, unang sweldo ko eh kinuhanan na ako agad ng Poor Mom ko sa Avon ng pahulugang make-up at kung anik-anik. By this time eh nakalaya na siya sa kulungan – served sentence. Nasintensyahan sya ng 6 years, at dahil ganun din ang itinagal niya sa city jail, quits na. Paglabas nga ni Poor Mom sa kulungan, binisita agad ang intsik na kasama ng NBI officers nung damputin siya, nag-hahanap ng produktong ibebenta, kapal ng apog, di ba?

Tapos nung nagkatrabaho na ako, sa pangungutang agad ako isinabak ni Poor Mom, haynaku! Since, I had no concept of savings, budgeting, investments, and money management, ayun naging marupok ako. ☹ Nakakainis nga na hindi ito kasama sa curriculum kapag nag-aaral tayo, eh. These are basic skills that can save us from adult heartaches, kung bata pa lang tayo eh marunong na sa paghawak ng pera.

Nabuntis ako at 23, naging nanay at 24. Dito na ako nagsimulang mangutang ng malakihan because I was living beyond my means. Nagsimula ako sa pahulugang panty at pabango, nasundan ng mga appliances sa bahay, at kung ano-ano. Nababayaran ko naman. Ang mali ko lang, pumasok ako sa negosyo ng alahas na hango ko sa isang co-teacher. Tapos ipinabenta ko sa Poor Mom kong ex-convict. Oh, di ba? Ang vovo lang ni Lowluh.

Since nakalaya ang Poor Mom ko sa kulungan at wala namang alam na trabaho, naisipan kong magnegosyo. Ako ang hahango ng alahas at siya ang magbebenta nito. Ayun, nung umpisa eh nakakahulog pa pero nung lumaki na ang dues ko sa co-teacher ko, itinigil ko muna ang paghango para makabayad sa remaining balance. Dun ko na discover na hindi binebenta ng Poor Mom ko ang mga alahas kundi isinasangla. Kunwari ay magre-remit sa akin ng kaunti hanggang sa maremata na ang mga alahas. Ang ending, utang ko lahat. Grabe ang galit ko sa Poor Mom ko! I felt super betrayed! Sarili ko pang laman at dugo, kaya ang sakit-sakit talaga. Yung galit kong ito ay nauwi sa inis ko sa mundo. Kaya hindi ako naging mabuting teacher sa mga students ko, walang kwentang ka-trabaho, at pati mga bosses ko sa school ay inis na inis sa akin. I told you, I was not just a victim, in the process, I became a villain – all because ang dami kong bitterness sa buhay at trauma na bitbit. My heart became rotten to the core. Ganito ang ginagawa ng hatred na hindi agad maresolve. At that point, kaya kong gumawa ng krimen sa ngalan ng pera.

BETRAYAL

Nauso pa ang credit cards na puro kaskas at minimum payment lang ang aking pagbabayad. Sumabay pa ang daddy ng anak ko na tumigil mag sustento dahil nakapag-loan din sa trabaho. In fairness, napaaral naman nya ako kaya hindi ko rin sya masumbatan. Kaso ako nama'y kanyang inanakan, haist! Naging solo-parent ako sa lahat ng gastusin sa bahay. Sino ba namang hindi susuko sa buhay?

Aiming for a promotion, I was also studying to earn my master's degree. Kagaya ng poor dad ni Robert Kiyosaki, akala ko makakawala ako sa problema sa pera kapag mas tumaas pa ang pinag-aralan ko. This thinking led me to more lending transactions left and right. Sumabak ako sa check rediscounting, 5-6 sa bumbay, at credit card riding. Habang lubog na lubog ako sa utang, maluho ako sa damit, make-up, sapatos, fashion jewelry, at pagpa-party para sa mga anak ko kahit kinabukasan ay puputok ang tseke kong walang pondo.

Naalala ko pa noon na yung kuya kong adik na iniwan kami, nabalitaan naming naikot sa iba't-ibang probinsya ng Pilipinas. Kahit hirap sa buhay at kung ano-anong pinasok na trabaho, nakapag-tour sa Pilipinas ang loko. Walang utang, walang yaman, at may bisyo, pero hindi sya professional na aliping kagaya ko. Alipin ako ng may-ari ng bahay na inuupahan ko, ng Meralco, Maynilad, PLDT, SSS, at gobyerno. Biruin mo, may tax deduction na agad ang sahod ng mga empleyado, hindi pa nga lumalapag sa palad ang sweldo. Kung hindi tayo alipin, eh anong tawag sa atin?

Bilang isang College Dean, tailor-made ang mga damit ko at kuntodo makeup pa dahil kilay is life. Uso pa nun ang mga matching swarovski dangling earrings, bracelet, and necklace, mukha talaga akong yayamanin. Yun lang, dahil sa problema ko sa pera, I broke a golden rule – **DON'T SHIT WHERE YOU EAT.**

"Ate, nabalitaan ko may coop kayo at nagpapautang ng pera, pwede mo ba akong pahiramin muna?" Lambing ko sa head ng janitorial team namin. Nakakahiya, di ba? Ako na executive ng school, pati pera ng janitor eh pinatos pa!

"Sir, may credit card ka? Pakaskas naman. Bili lang ako ng gatas ng anak ko," hirit ko sa instructor na katatanggap ko lang sa trabaho. Grabe, noh? Ang kapal ng mukha ni Lowluh. Paano makakatanggi ang empleyado eh boss nya ako. Kung may social media noon, nag-viral na ang video kung paano ako mambraso.

Pati nga tindera sa palengke na nanay ng classmate ko nung high school eh inutangan ko.

"Nanay, College Dean na ako. Wag kang mag-alala, ipupuhunan ko lang sa negosyo namin sa school, ibabalik ko rin agad," pagsisinungaling ko. Gabing-gabi na eh naglalakad ako sa palengke na naka-high heels, kuntodo make-up, and wearing my corporate attire dahil umaasa akong makakautang ako ng pera na pangtakip sa tatalbog kong tseke kinabukasan.

Nung nakita kong andoon ang apo nya na umiiyak pa, binuhat at inalagaan ko habang hinantay ko siyang matapos sa paglilinis ng isda. Pinunasan ng uhog at nilambing-lambing ang baby para lang ma-goodshots ako at mapautang ng pera. Unfortunately, tinanggihan ako matapos kong maghintay ng ilang oras. I remember walking in the middle of the night, sarado na ang mga stalls sa palengke pero amoy mo pa rin ang lansa at dumi. Umiiyak ako, hiyang-hiya sa sarili, at tinatanong, "Bakit ako nagkaganito? Anong nangyari?"

"Ma'am Clarisse (not her real name), guarantor kita kay Mrs. Uy, tapos guarantor mo ako. Game?" Kinutsaba ko naman ang isang kasamahang teacher. Kilala si Mrs. Uy na nagpapa-utang sa mga empleyado ng school, kaso malaki ang tubo. Kahit ganun papatulan ko pa rin, desperado ako, eh. Grabe, noh? Nakakarelate ba kayo?

I had this kind of life for years until it reached the boiling point. Halos lahat nautangan ko na. Dahil nagpapa-ikot lang naman ako ng inutang na pera, dumating sa punto na tseke ko ay nagtalbugan na.

Dito na ako hindi mapagkatulog, lalo nung dumagsa na ang tawag sa telepono ng mga nananakot na abogado. "Kapag hindi mo ito na-settle, ipadadampot kita sa mga pulis dyan sa school na pinagtatrabahuhan mo. Malalaman ng mga tao na manloloko ka, estafadora!" Grabe ang takot ko at taranta. Nakakahiya, di ba?

Noon bumalik sa alaala ko ang pagkakahuli ng NBI sa Poor Mom ko. Nung gabing sinabihan akong lalabas na ang aking warrant of arrest anytime, umuwi ako sa bahay na desidido nang mamatay. Noon ako nakipag murahan ng bonggang-bongga sa Diyos. I talked about this in my best-selling mental health book na, "*Sino Ang Dakila? Sino Ang Tunay Na Baliw?*" Nakababaliw naman talaga ang mamuhay sa takot, galit, at kawalan ng pag-asa.

"Hindi ka totoo! Walang Diyos! &*%@$ tooooot!" Grabe ang hagulgol ko habang natutulog ang mga anakis ko sa maliit naming inuupahang kwarto. Yet, wala akong alam na matagal na palang inihahanda ni God ang magandang buhay para sa akin. Kailangan ko lang makita ang treasures sa likod ng traumang ibinaon ko sa dilim. Noong panahong iyon, hindi lang ako ang nagdadasal at umiiyak sa Diyos. Nakikipag-ugnayan din pala si God sa puso ng aking Rich Ma'am para tulungang kaluluwa ko ay matubos.

Exciting ang susunod nating kwentuhan. Kaya wag kang bibitaw, kaibigan. Dito malalaman nyo ang pambihirang kwento kung paanong binago ni God ang buo kong pagkatao.

NOT BY BREAD ALONE

When 1st Timothy 6:10 says, *for the love of money is the root of all evil,* what does this mean? Siguro ang maganda eh alamin muna natin anong ibig sabihin ng LOVE?

I CORINTHIANS 13:4 SAYS, LOVE IS PATIENT, LOVE IS KIND. IT DOES NOT ENVY, IT DOES NOT BOAST, IT IS NOT PROUD. IT DOES NOT DISHONOR OTHERS, IT IS NOT SELF-SEEKING, IT IS NOT EASILY ANGERED, AND IT KEEPS NO RECORD OF WRONGS.

Connecting the two verses, LOVE FOR MONEY IS THE ROOT OF ALL EVIL therefore means that a person who worships money is only kind and patient when money is involved. Mapanlait sya sa mga walang pera, mapagpakumbaba sa mga mas mayaman sa kanya, kayang i-betray ang iba sa ngalan ng pera, makasarili at ganid, hindi nagagalit sa taong may pera, at kayang gawing tama ang mali sa ngalan ng pera. Ganito ang ugali ng taong ginawang diyos ang salapi.

How did I come up with the above? Love for money eh, ibig sabihin nagiging opposite ang meaning ng love kapag walang pera ang kaharap. I have to admit, the above perfectly describes me. Kung hindi lang sa grasya ng Diyos, I know I have what it takes to do vile things in the name of money. Bantay-sarado lang talaga ako ng Kanyang presensya.

Matthew 19:16-24 talks about the reason why rich men cannot easily enter the presence (heaven) of God. Di ba sa kwento may nag-approach kay Jesus at nagtanong, "Paano ba ako makapapasok sa langit?" Ang sabi ni Jesus ay sundin ang lahat ng utos na inisa-isa naman Niyang inilatag. Confident naman ang mayaman na masunurin siya sa utos, until sinabi ni Jesus na, "Ibenta mo ang lahat ng iyong ari-arian at ibigay sa mahirap ang pinagbentahan, saka ka sumama sa akin." Dito na nalungkot ang lalaki dahil ubod sya ng yaman. Hindi ganoon kadali na ang lahat ng luho ay talikuran.

We often thought that this parable is literal. Kaya may ibang sinusukat ang pagiging maka-Diyos sa laki ng abuloy sa simbahan. It can be, but there's more to it than the act of sacrificing your wealth. Napaka-loaded ng kwento na ito. **Una**, it's about letting go. Pwedeng ang hapit-hapit ng hawak mo sa pera kaya hindi ito lumalago. Madamot ka na nga, gahaman pa! **Pangalawa**, hindi natin pwedeng i-romanticize na ang trabaho ng mayayaman ay tumulong sa mahirap. Kaya may mga simbahang grabe ang recruitment process sa mga mayayaman para maging regular na myembro lang. Wag ganun! Nagkakaroon tuloy tayo ng poverty porn. Ang dating eh, being poor is a virtue and being rich is a bad thing 'coz you cannot enter heaven. **Pangatlo**, Jesus also said, 'Blessed are the poor in spirit.' This means, hindi lang literal na hampaslupa ang tinutukoy Niya dito. Para rin ito sa mga taong sagana sa pera pero kulang sa Banal na Espiritu. Ano daw?

Ganito kasi yun, Galatians 5:22-23 says, *But the fruit of the Spirit is love, joy, peace, patience, kindness, goodness, faithfulness, gentleness, self-control.* Kung wala kang ganito, poor ka pa rin kahit sa materyal na bagay ay ang yaman mo.

When Jesus said, "Follow me." It also means, be there for the people who need the Holy Spirit of God manifested through your happiness, patience, kindness… the whole nine yards. Followers of God, even when they don't have money, are filled with so much more to share with others who are poor in spirit, thus not by bread alone. Sayang, natakot agad yung mayaman na sumama kay Jesus.

Tumalikod ang mayamang lalaki sa offer ni Jesus dahil inakala niyang mahirap lang sa pera ang pagbibigyan nya ng yaman nya. Ang punto lang naman ni Jesus sa **Matthew 6:24,** *No man can serve two masters: for either he will hate the one, and love the other; or else he will hold to the one, and despise the other. Ye cannot serve God and mammon*.

Kung susunod kasi tayo kay Jesus, we really have to learn the truth of asking God to give us our daily bread. Ibig sabihin, one day at a time ang pagdating ng biyaya ni God. The reason being is yung sinabi ni Jesus na hindi lang naman sa tinapay nabubuhay ang tao, kundi sa salita ng Diyos.

"SORRY, LOWLUH, HINDI KASI AKO NANINIWALA SA BIBLE." HINDI MO NAMAN KAILANGANG PANIWALAAN PARA SUNDIN EH. HINDI KA NGA NANINIWALA NA MANANALO KA SA LOTTO, PERO TAYA KA PA RIN NANG TAYA ☺. WALA KA NGANG BILIB SA BOSS MO, PERO SUNOD KA PA RIN NG SUNOD SA UTOS NIYA. UMPISAHAN MONG MAGBASA NG PROVERBS, KAHIT HINDI KA NANINIWALA SA DIYOS, MAPAPAISIP KANG, "THE ADVICES KINDA MAKE SENSE. TRY KONG I-APPLY SA BUHAY KO."

Had I known all the lessons of God about money na matatagpuan natin sa Bibliya, hindi nagka-windang-windang ang buhay ko. Mabuti na lang eh hindi naging huli ang lahat, lalo't may kapangyarihan si God to turn bad things for good of those who love and believe in Him. Kung maniniwala at mamahalin mo rin si God, hindi pa rin huli sa iyo ang lahat.

GOD TOOK WHAT THE ENEMY MEANT FOR EVIL & TURNED IT FOR GOOD

Medyo pagsasasampalin ko lang kayo saglit ng Bible stories ha. May punto ako dito, pramis!

Though Jesus said, hindi lang sa tinapay nabubuhay ang tao, it doesn't mean bread (money to buy food) is not important. Ito nga ang dahilan kung bakit ipinatapon si Joseph sa Egypt, eh. Prior sa taggutom, napanaginipan na ni Joseph na yuyukod sa kanya ang ama at mga kapatid. This fueled the envy of his brothers kaya ibinenta sya ng mga ito – at least hindi pinatay as originally planned.

In the long run, magtatag-gutom pala at si Joseph ang itinalaga ni God na magsubi ng pagkain para sa sangkatauhan, kasama ang buong angkan ng Israelites. Kaya nung nagkita sila at nagkapatawaran, sinabi ni Joseph sa mga kapatid nya, "Ginawan nyo ako ng kasamaan pero binaligtad ni God ito at ginawang kabutihan, kaya wala tayong dapat pang pag-usapan na gantihan."

AGAIN, CONNECTING THE DOTS NOW, I HAD TO GO THROUGH WHAT I WENT THROUGH (DEVELOPMENTAL TRAUMA, JAIL, MONEY ISSUES, SEXUAL ASSAULT, MESSY LOVE LIFE, ETC.) BECAUSE LIFE WORKS IN A MYSTERIOUS WAY. IN THE PROCESS, I NOW BELIEVE THAT I'M LIVING A LIFE OF MIRACULOUS REDEMPTION BECAUSE OF THE BAD THINGS THAT HAPPENED TO ME.

We often ask, "Why do bad things happen to good people?" Minsan pa nga ay may sisihang nagaganap. "Kung may Diyos, ba't Nya hinayaang mangyari ito? Wala naman akong ina-agrabyado na tao."

Sure ka, wala? We are all sinners, evil in every sense of the word. Bad things happened to me, at sa iyo rin, dahil kasama sa disenyo ng Diyos ang hindi tayo kontrolin. Kaya meron tayong FREE WILL, kalayaang gumawa ng mabuti o masama sa kapwa o sarili.

Pag sinabi mong, "Hindi ako naniniwala sa free will!". Sinong kausap ko? Ikaw o robot? Sinong puppet master mo ang nagdikta sa iyong paniwalaan yan? Since wala kang free will, that belief is not according to your will, right? Hindi ko yan mapa paniwalaan.

SINFUL PEOPLE DID BAD THINGS TO ME. YET, I WAS A SINNER TOO, REDEEMED AND MADE ANEW ONLY BY THE GRACE OF JESUS CHRIST WHO DIED ON THE CROSS TO PAY FOR MY DEBTS.

With this, nagbago ang mindset ko tungkol sa trauma na dinanas ko. God allowed bad things to happen to me because (as an adult) most of the time He was not part of my decision making process. Tinalikuran ko nga Sya, eh. Likewise, evil people did bad things to me (when I was younger) because darkness consumed their souls. Hindi rin kasama si God sa decision making process nila. Pwede kong tanungin o sisihin ang Diyos kung ba't wala Siyang ginawa. Yet, here I am! I survived. I'm still here despite my horrific ordeal. Isn't that proof enough that He never left me even in my darkest of darkness? Wala man akong mailalapag na ebidensya ng ginawa o hindi ginawa ng Diyos sa aking trauma, ang importante ay nandito ako at buhay pa.

Kung hindi man pinakialaman o pinigilan ng Diyos ang masasamang nangyari sa akin noon – o kahit ngayon at sa darating na panahon – nabuo ang aking pananampalataya na pangit man ang mga nangyari o mangyayari sa akin, lagi Siyang present sa buhay ko para i-make over ang aking kwento. Lahat ng ito ay dahil binigyan man tayo ng FREE WILL kaya madalas malihis tayo ng landas sa buhay, isang mapagmahal na Pastol naman ang Diyos na matyagang naghahanap sa mga tupa Niyang nawawalay.

Stop playing hide and seek with God. Hindi ako super special para bigyan Nya ng ganitong klaseng kwento. Lahat tayo ay importante sa paningin Nya kaya tiwala akong mababago mo rin ang ending ng buhay mo.

My mental breakdown because of money was a bad-thing-turned-good story due to the lessons and training God taught me. May aral kang dapat matutunan sa iyong pinagdaraanan, magiging super empowered ka kapag mga pagsubok ay mapagtatagumpayan.

In my case, kinailangang basagin, wasakin, durugin, at idaan sa apoy ng Diyos ang puso at isipan ko tungkol sa pera dahil isang paghahanda pala ito sa akin para tanggapin ang siksik, liglig, at umaapaw na biyayang ibibigay Nya. **Kaya yang pinagdaraanan mo ngayon, may treasures (lessons) na nakatago sa dilim ng iyong trauma.** Kapag nahanap mo yan, ibig sabihin handa ka na sa ibibigay sayo ni God na panibagong treasure hunting adventure. Kapit lang! Tiwala lang! May Diyos na hindi ka iiwan.

Aakalain ko bang habang nag-iisip na ako ng kamatayan, ipinadala na pala ni God ang tutulong sa aking umahon sa kahangalan. Sya ang ginamit na instrumento para maisulat ko ang kwentong ito at ialay sa inyo.

• RICH MOM'S MANTRA

My Rich Ma'am is an epitome of the empowered woman whom I aspire to be. Ang galing lang talaga ni God kasi pagtatagpuin Nya ang mga taong gagamitin Nya para i-angat ang isa't-isa, and in the process makatulong sa iba.

I'm not really into signs, but I vividly remember seeing WCH series plate numbers all over the place. Nagtatrabaho pa ako bilang IT instructor sa Bulacan. Sa dami kong iniisip, kapag nakikita ko yung plate number, ang basa ko ay witch.

Sa isip-isip ko, "May mangkukulam sana na tumulong sa akin para matapos na ang mga problema ko sa pera." Nang lumipat ako ng trabaho sa Quezon City two years later, naging boss ko si Rich Ma'am. Guess anong plate number ng kotse nya? Yup, WCH. Wala lang, SKL. 😂

Unlike my Poor Mom, my Rich Ma'am grew up in a 2-parent traditional home with a working dad and stay-at-home mom. Her father came from a middle class family while her mom was a little above the poverty line. "Parang noong una eh medyo hindi tanggap ng mga tita ko ang mommy ko dahil may kahirapan ang pamilya nila," kwento ng Rich Ma'am ko.

My Rich Ma'am knew that her dad was working in an airforce base, hindi nya lang alam kung anong specific na trabaho nito. Growing up, nakaranas sila ng magarbong buhay at nakapag-travel pa. For some reason though, nawalan ng trabaho ang dad niya at hindi naging malinaw ang naging kabuhayan nila maliban sa tulong ng mga tiyahin at kaanak. Despite that, magaling sa paghawak ng pera ang kanyang ina. Tumatak sa isip ni Rich Ma'am ang tungkol sa tamang pagba-budget.

Gaya ng karamihan, hindi lumaking walang trauma si Rich Ma'am. She was also taken away from her family to live with an auntie (her dad's rich sister).

"Hindi rin malinaw kung bakit ako ibinigay sa tita ko. Ang tanda ko lang, may sakit ang ate namin, Leukemia. Tapos nawalan ng trabaho ang daddy eh kapapanganak lang ng mommy sa bunso namin, kaya naging anim na kami," sabi ni Rich Ma'am. Mahilig na kaming magtsismisan noon kahit hindi pa uso si marites.

Sa bahay ng kanyang tiyahin ay natutunan ni Rich Ma'am mag-aral nang mabuti, gumawa ng gawaing bahay, at pakisamahan ang tita niyang maestra.

"Hindi ko naman naramdaman na inapi ako o inalila. Tsaka umuuwi ako sa amin kada Sabado at Linggo. Minsan lang may tanong pa rin sa isip kong, *bakit ako? Bakit ako ang ibinigay kay auntie?"*

Later, we will talk about my Rich Ma'am being the middle child. Ate na may Leukemia, isa pang ate na pwedeng katulong ng mommy nya, sya na elementary student, dalawang toddlers, at isang baby, siya nga naman ang ideal na kuhanin ng tiyahin dahil hindi na siya alagain.

"May moments of isolation at inggitan. Syempre minsan nahihiya akong ipakita sa mga kapatid ko na may bago akong laruan o damit na bigay ni auntie. Tapos madalas meron silang kwentuhan na hindi ako kasama, kasi hindi ko naman alam anong nangyayari sa mga kapatid ko kapag wala ako sa bahay," kwento pa ni Rich Ma'am.

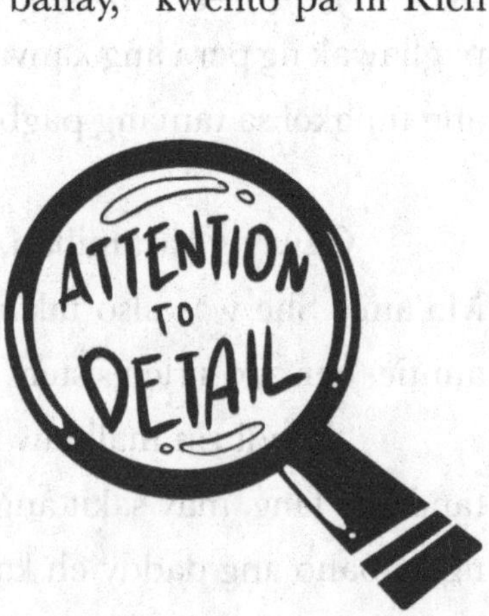

The way my Rich Ma'am's aunt nurtured her, prepared her to be detail-oriented and perfectionist in doing things. Sobrang organized ni Rich Ma'am, having borderline anal (controlling) personality. Opposite na opposite nya si Poor Mom na sabog ang utak, laging nagmamadali, at pabara-bara sa mga decisions.

Sa theory of personality ni Sigmund Freud, dominant ang superego ni Rich Ma'am. She's very conscientious, following the rules of life to the letter. Pleasure or id naman ang driver ng buhay ni Poor Mom. "Gusto ko yan, now na!", ganyan ang peg niya. Parang adult child si Poor Mom na nagta-tantrums kapag hindi nakuha ang gusto nya. Ganito ang polarity ng aking Rich Ma'am and Poor Mom. In the process, na-guide nila akong gumitna, bumalanse, at maging aware sa aking pleasure (id) and superego (conscience) persona para lumabas ang ego na kokontrol sa dalawa. *Singitan ko lang ng konting Psychology lecture ha, research more if you're interested.*

Dalawang pangyayari ang natatandaan ni Rich Ma'am na dahilan kung bakit siya bumalik sa bahay nila. One of which was the passing of her eldest sister and a disagreement between her mom and her auntie.

"Hindi ko sure kung nag-away ba sila dahil binabawi ako o binawi ako dahil nag-away sila," SKL ni Rich Ma'am.

"Pwede ring dahil nawalan ng anak eh namiss kayo ng mommy nyo," pakiwari ko.

Her highschool life was financially tougher, dahil hindi na sya nakatira sa mayamang auntie. Regardless, sobrang saya ni Rich Ma'am kasi nakasama na nya ulit ang pamilya niya.

"Nung sabay kaming nag-college sa UP ng isa ko pang ate,

ang alam ko lang, nanghihiram si daddy ng pera sa mga kapatid niya. Tapos tipid kami sa pagkain at budget sa baon kasi nga lima kaming nag-aaral. Kaya grateful ako sa mga tiyahin ko," kwento ni Rich Ma'am.

"Wala pa rin pong work ang daddy nyo?" tanong ko.

"Parang nag-aassist si daddy sa mga paupahang apartments ng auntie ko. Tapos may mga nabebenta rin kaming lupaing minana ni daddy. Ginagamit nila yun para sa tuition namin."

I remember meeting the eldest sister of my Rich Ma'am. Kasama niya ito sa UP dorm nung nag-aaral pa sila. Nursing si ate habang accountancy naman ang kurso ni Rich Ma'am. Ever Since talaga, expert na ang Rich Ma'am ko sa balance sheet, debit, credit, at financial statements, kaya naman ayun, yumaman. 😂. Samantalang tayo, expert sa loans, liability, and accounts payable kaya baon sa utang, haist!

"Naku yang boss mo," simula ng ate ni Rich Ma'am. "Kapag last day of school tapos pauwi na kami sa Cavite, may pera pa yan, ako wala na. Minsan nangungutang pa ako dahil short na ako sa budget."

"Eh paano naman ang hilig mong manood ng sine kasama ang mga kaklase mo, ako naman eh school-dorm lang," sagot ni Rich Ma'am.

Yung mumunting diskarte sa pera ni Rich Ma'am kitang-kita na sa kanya kahit noong bata pa lang siya. May budget, may savings, at may focus sa ginagawa.

"Noong naging nurse sa New York si ate, medyo lumuwag ang buhay namin. Tapos na-hire din ako sa isang malaking financial institution sa Makati kaya pinag-aral namin pareho ang mga kapatid namin sa private schools," kwento ni Rich Ma'am.

"Madaling nakuha sa trabaho yang boss mo kasi topnotcher eh, number 1 board passer sa accountancy. Ang laki-laki ng banner nya sa UP. Kaya pinag-agawan ng mga kumpanya." pagmamalaki ng ate ni Rich Ma'am.

"Ang unang trabaho ko ay reconciliation ng account receivables. Grabe, halos ten years ang binalikan kong mga documents. Nung natapos ko yun eh gulat na gulat ang boss ko kaya agad akong na-promote." Marami kaming ganitong kwentuhan ni Rich Ma'am, lalo nung tine-train na nya ako sa business and management at pagbabasa ng financial statements. I was in awe of her, kaya para akong sponge na sinisipsip lahat ng tinuturo nya sa akin.

Focusing on her career at pagpupundar ng kabuhayan, nabigyan ni Rich Ma'am ang parents nya ng napakalaking bahay at mga sasakyan. Umakyat siya nang umakyat sa posisyon hanggang maging department vice-president sa bankong pinagtatrabahuhan.

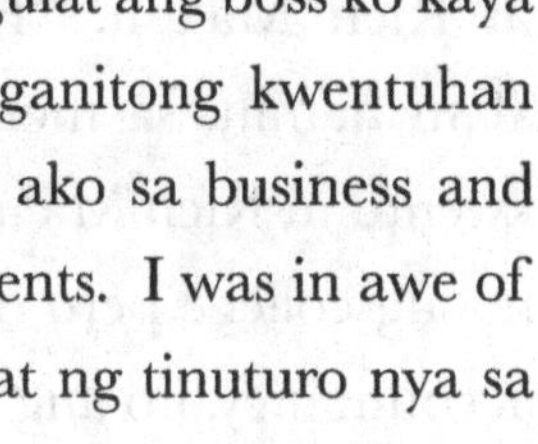

"That's the highest position for an employee. Kung gusto mong maging president, dapat stockholder ka," sagot ni Rich Ma'am nung tinanong ko kung bakit nagresign sya sa bank bago maging presidente.

"Habang tumataas ang posisyon ko, naging malabo na sa akin ang mag-asawa. Tapos bantay sarado pa si daddy sa akin. Ayun, yung bunso tuloy namin ang nagtanan ng maaga," kwentong lovelife ni Rich Ma'am.

Sabagay, ang mindset ni Rich Ma'am noon, bilang 60s kid, hindi niya kayang pagsabayin ang lovelife at career. Ngayon nga puro lovelife na lang tayo wala nang career, kaya baon tayo sa utang eh. 😂

Unfortunately, namatay ang mommy ni Rich Ma'am dahil sa Cancer. Dito nakaramdam ng burnt-out si Rich Ma'am sa trabaho. She sold her multi-million dream house and settled in their ancestral home. Dalawa na lang kasi sila ng daddy niya sa kanilang mansyon.

"Nagkaroon din siguro ako ng depression nun," kwento ni Rich Ma'am. "Hindi pa lang namin alam ang tawag. Ang alam namin, sa mental hospital lang merong psychiatrists." Nakwento ni Rich Ma'am na Psychology sana ang gusto niyang kurso noong college pero dahil mas may trabaho at pera sa business and accountancy, ito ang kinuha niya.

"I remember nung may cancer si mommy, pagod na pagod ako kasi pag-uwi ko ako pa ang maglilinis ng bag of poop niya. Masama rin ang loob ko nun kay daddy kasi parang, alam mo yun… hindi man lang matingnan si mommy. Kaya bago umuwi nagdadrive muna ako sa Tagaytay, nagpapalipas ng oras. Nag-gym din ako para matanggal ang stress." In fairness sa Rich Ma'am ko marunong din alagaan ang utak laban sa topak.

Sa pagod at kawalang ganang magtrabaho, Rich Ma'am opted for an early retirement. Nasa 40s siya nun. Wow, #sanaol afford mag-retire nang bata pa.

"I had enough savings naman kaya sabi ko magpapahinga lang ako saglit." kwento ni Rich Ma'am. Ayaw pa nga raw syang paalisin sa banko pero irrevocable ang resignation na ipinasa nito.

Hindi nga lang nakapahinga si Rich Ma'am dahil ang youngest sister niya ay nagtatrabaho sa franchising department ng isang kilalang IT school. Inalok siya nitong magtayo ng school para may pagka-abalahan since retired na siya sa trabaho.

"Kami na ang bahala, back end ka lang. Kahit nasa bahay ka lang. Check the financial documents tapos kami na ang bahala sa operation." Ito naman ang pangako ng sister ni Rich Ma'am.

True enough, nakatagong mukha si Rich Ma'am sa operation ng school for the next decade or so. Kapag nagkakaproblema sa management ay umiikot ang mga kamag-anak ni Rich Ma'am to take over. Syempre mahirap ka-negosyo ang pamilya, minsan may away at tampuhan pa.

Ang bunsong kapatid ni Rich Ma'am ang tumawag sa Bulacan para kausapin ang College Dean namin.

"Tumawag ang head office, gusto kang kuning dean ng Quezon City branch," umpisa ng boss ko nung ipatawag ako sa office nya. Sa totohanan, ilang beses na akong napatawag sa office in a bad light. Madalas kasi akong mareklamo ng mga students dahil laging late, masungit, at mababa magbigay ng grades. Yes, I was really a bad teacher. Isinusuka na nga ako ng College Dean namin sa dami ng pinasukan at dinala kong problema sa school. Nakikihalo ako sa pulitika at tsismosa pa. Alam mo yung silent activist na patalikod tumira? Ganung uri ako ng empleyado. Kapag nadelay pa ang release ng sweldo, hindi ako magtuturo, manigas kayo! Grabe, noh?

"Thesis pa lang ako, hindi pa ako tapos sa MA," sabi ko sa Dean namin.

"Okay lang daw. Kahit IT head ka muna tapos hihintayin nilang makatapos ka," pilit ng College Dean namin. May takot akong umalis sa comfort zone pero naisip ko rin ang talon ng sweldo ko. Baon na baon pa naman ako sa utang dahil nga sa alahas issue ko kay Poor Mom. I grabbed the opportunity and went to work sa school ni Rich Ma'am.

Yun lang, napakagulo ng school na nadatnan ko. Grabe ang pulitika at bardagulan, bagay na bagay ang ugali kong walang pakialam. Isinabak ako sa pwesto na wala akong masyadong training kaya bara-bara din ang aking decision making. I was miserable, pero iniisip ko, *pera... kailangan kong makatapos para kumita ako ng mas malaking pera. Ang dami kong utang, hindi ko na kaya.*

I didn't know that my Rich Ma'am was feeling the heat as well. Alam nyang may problema sa school niya, hindi nya lang ma-pinpoint kung ano dahil nga malayo siya. During a company meeting where we first met, nagsigawan ang mga empleyado at management. Kamag-anak ni Rich Ma'am ang nagpapatakbo ng school noon. My Rich Ma'am went home devastated. Ako naman eh clueless – deadma lang. "Malay ko ba sa away nila!" Ito ang inisip ko lalo at naka-focus ako sa thesis.

Dahil nga sa maling mindset ko sa kulungan, sinikap kong makatapos ng pag-aaral para magkaroon ng regular na sweldo. Natupad naman. Kaso dahil sa maling diskarte sa pera, nabaon ako sa utang. May trabaho pero alipin ng mga pinagkakautangan ko. Muli akong nagtapos mag-aral at nagkaroon ng master's degree para naman makabayad sa utang. Guess, what happened?

Mas naging maluho ako. Yung salary increase na aking inasam-asam, wala ring nangyari dahil naunahan ng yabang, bukod pa sa patong-patong kong utang. Haist!

TANDAAN: KAPAG DUMATING SA PUNTONG INUUTANG MO ANG PAMBAYAD MO SA UTANG, HABANG LUNOD SA LAKI NG INTEREST, YOU ARE ALREADY GOING DOWN

If there's one thing I could be proud of myself during that time, it was my tenacity to work hard. Oo, baon ako sa utang pero hindi ako madaling madistract sa trabaho. In fact, my being workaholic was the reason I was able to forget my money problems even for a moment. **Kagaya ng marami, sa gabi ako inaaswang ng mga problema, lalo kapag ako'y nag-iisa.** Kapag nasa trabaho, I was a great pretender. Feelingerang empowered woman ang peg, pero ang totoo mga utang ko'y sinasakal na ako sa leeg.

Because of my tenacity, I survived two management turnovers since the first time I met my Rich Ma'am. I was also able to keep all my creditors at bay, sa tulungan na rin ng pangungutang ko sa mga employees (janitor & staff) at ikutan ng utang namin ni ma'am Clarisse (a teacher under my supervision) kay Mrs. Uy. I also weathered the storm of my lovelife dahil nabuntisan pa ako ng pangalawang anak kahit wala na akong pambili ng gatas at diaper.

Two years later, after I met my Rich Ma'am, I took a maternity leave in August. Pagbalik ko matapos manganak, si Rich Ma'am na ang boss ko at iba na ang itsura pati kalakaran sa aming paaralan.

Barely keeping it together, it was November when I couldn't fund all my checks any longer. Dito na nagdagsaan ang tawag kaliwa't kanan. May nagmumurang intsik at mga nananakot na abogado, kasama pa dito ang nakapilang manininingil na empleyado. December of the same year, muntik ko nang sunugin ang bahay namin kasama ang mga anak ko para sabay-sabay na kaming mamatay. Dito ako umiyak at nanumbat sa Diyos not knowing na ibinigay na Niya ang sagot sa aking panalangin bago pa man ako humiling.

Matapos kong manumbat at makipag-murahan sa Diyos, sobra ang naramdaman kong pagod. "Kung totoo ka, babaguhin mo ang buhay ko. Ayoko na, Lord. Suko na ako. Kung ikukulong mo ako bahala ka na sa mga anak ko," ito ang huling nasambit ko sa aking panalangin bago ako iginupo ng pagod at mahimbing na nakatulog.

•THE GREAT PRETENDER

Bakit hindi natuloy ang suicide? Maraming factors. Isa na dito yung suicidal thoughts vs. suicidal plans. Parang homicide and murder lang ang peg. Ang homicide, nagawa mo na lang basta nang hindi sadya. Pag murder, pinagplanuhan mo matapos mong pag-isipan.

I realized that my suicidal ideation was actually a form of escape. **Sabi ko nga, di ba? FREEDOM ang driving force ko**. I hate being trapped, sino bang hindi? The idea of kulungan shook me to the core, gusto kong tumakas sa kahit anong paraan, at suicide lang ang naisip kong solusyon. Nag-aral na ako eh, sobra-sobra na ang ang educational attainment ko, pero hindi pa rin ako nakatakas sa lusak. Gaya ni Poor Mom, sa kulungan din pala ang aking bagsak.

Mabuti na lang hindi ko naman talaga pinagplanuhan ang magpakamatay. DELAY also helped calm down my brain from persistent thoughts of suicide. Wala akong kausap nung gabing yun pero nakipagmurahan ako kay God. I berated and insulted Him as if kaharap ko talaga Siya at nakikinig sa akin. Nadelay tuloy yung gusto kong gawin, and scientifically, kumalma ang aking temporal lobe.

You see, sa librong isinulat ko na, Sino Ang Dakila? Sino Ang Tunay Na Baliw? Inilapag ko doon na sa temporal lobe aktibo ang emosyong galit, memorya, at pananampalataya. Umiilaw o namamatayan ng ilaw ang bahagi ng utak nating ito kapag tayo ay punong-puno ng galit, nagtatago ng long-term memories, nananalangin, o nakakakita ng multo. Astig, noh? Ito ang activated brain habang nagme-mental breakdown ako. Nung nakipag-murahan ako sa Diyos dahil sa galit, kumalma ang bahagi ng utak na ito. Kaya ayun, hindi natuloy ang suicide.

Alam nyo kung nasaan ang temporal lobe? Andyan sa sintido mo, left and right. Usually, dyan tinututok ng mga nagpapakamatay ang baril, di ba? Kaya ang speculation ko, kapag ganoon ang paraan ng pagkuha ng sariling buhay, sobra-sobra ang bitbit na galit ng taong iyun, o nawalan na ng pananampalataya sa Diyos.

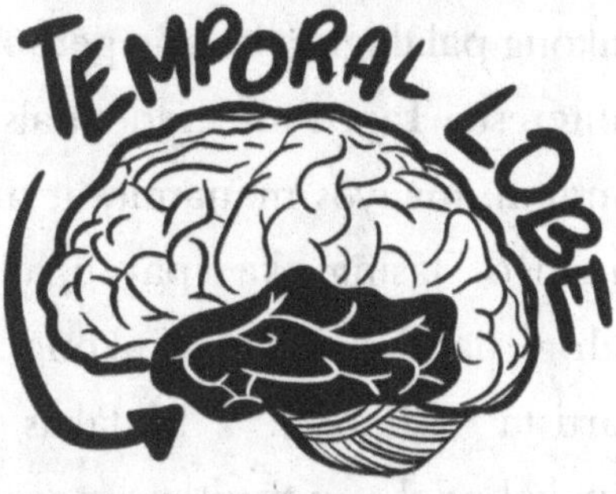

Bukod sa hindi ko pinagplanuhan at nagkaroon ng delay, God also sent a person para yumakap sa akin nang gabing iyon. Sa gitna ng uhog, iyak, at pangangatog, kumalma ako at nakatulog. Nang magising ako, sabi ko, "Lord, kung totoo ka, babaguhin mo ang buhay ko. Bahala ka na kung makulong ako." I never thought that this complete surrender would change my life.

Walang fireworks, nakasisilaw na liwanag, kulog, kidlat, at mystical na pangyayari. Ang alam ko lang, pinatulog ako ng Diyos nang mahimbing. Ang galing, noh? Pagkagising ko, unti-unting nag 180 degrees ang ikot ng aking mundo. Dahil walang ibang kakapitan, sa Diyos ako nagtiwala. Dalawang bagay lang ang naging discernment ko that time – **NO MORE LIES & GIVE TITHES.**

From being a great pretender, biglang naglaho ang desire ko for appearances. Totoo naman ang mantra ng itay ko, *'to be successful, appear successful.'* Ang dami talagang nabubudol ng mga taong magaling manamit at magsalita, ikaw talaga ay mapahahanga. It worked for me. Nakauutang ako ng pera dahil magaling akong mag-imbento ng kwento tungkol sa investments at negosyo. Nangangako akong palalaguin ko ang pera mo o babayaran ito na may malaking interest. Tapos my credentials speak for itself – mataas ang pinag-aralan, maayos manamit, at mataas ang posisyon sa trabaho. Pag medyo lasing ka pa nga eh nagmumukha akong artista (Charot!). Malakas makabudol ang ganitong mga tao.

IF YOU WANT TO BE SUCCESSFUL

YOU MUST LOOK SUCCESSFUL

To be honest, during that time, umiiyak na ako kapag may nagpa-utang sa akin. Kasi alam kong hindi ko naman mababayaran. Kapag tinanggihan nga ako, mas nakararamdam ako ng relief kasi nga ayoko nang mangutang, sa totoo lang! Pagod na pagod na pagod na akong manloko ng tao.

HOW TO SPOT A GREAT PRETENDER FROM A LEGIT YAYAMANIN PERSON? THE GREAT PRETENDERS LOVE TO MAKE BOLD STATEMENTS – FROM HEAD TO TOES ARE BRANDED CLOTHES, BAGS, SHOES, AND JEWELRIES – JUST TO GRAB A CUP OF COFFEE. THEY ARE ALSO LOUD, AS IF BEGGING PEOPLE TO, "LOOK AT ME! I'M HERE!" KAPAG GANITO ANG KAINUMAN MO NG KAPE, TAKBO! SCAMMER YAN. ANG LEGIT YAYAMANIN, TAHIMIK NA PAPASOK SA COFFEE SHOP. YUNG CONFIDENCE NILA AY NASA TINDIGAN AT TIKAS NG KATAWAN. AFTER BUMILI NG COFFEE, TAHIMIK DIN YAN NA AALIS. MAILAP SILA DAHIL BAWAT MINUTO NILANG MAAABALA, KATUMBAS AY LIMPAK-LIMPAK NA PERA.

Dahil kapatid ng magnanakaw ang sinungaling, God put discernment in my heart to be authentic. Inumpisahan nya sa pagpapakita sa mga taong payak ang buhay ko kaya dapat payak din ang itsura ko. I still wore makeup and decent clothes, only because I needed to be presentable at work. Hindi na ako kagaya ng dati na nang-aagaw atensyon para pansinin ng mga tao at isiping successful ako.

The next thing that God asked from me was tithes. Sa hindi nakakaalam, ito po ay pagbibigay sa simbahan ng ikapu (10%) ng iyong income. Tulong ito sa pagpapalawak ng magandang balita tungkol sa Diyos at suporta sa mga church workers. Pero grabe! Walang-wala na ngang natitira sa sahod ko tapos magbibigay pa ako sa simbahan, huhu naman, di ba? Despite the struggle, naniwala ako sa sinabi ni God sa Malachi 3:10, "Ibigay nyo sa Akin ang ikapu ng inyong ani. Subukan nyo Ako dito dahil ibabalik ko sa inyo ang biyayang hindi magkakasya sa inyong kamalig."

Eh paano yung mga tumatawag sa akin, yung mga abogado at warrant of arrest na naka-amba para sugurin ako sa trabaho? Ipakikita daw ng mga pinagkakautangan ko sa madlang pipol na ako'y kanilang ipina-aresto.

Ang galing lang ni God kasi may bulong sa puso ko na, "Wag mong takasan. Tapos na ang pagtakbo sa mga problema, harapin mo lahat sila."

"Lord, I'm scared," iyak ko sa tuwing nagdarasal.

"Akong bahala sayo, sasamahan Kita," dinig ng puso ko na sabi ni God. Delulu na kung delulu, alam ko talagang Diyos ang kausap ko.

Buong tapang na hinarap ko ang takot at nilunok ang aking pride, isa-isa kong tinawagan at kinausap ang aking pinagkakautangan.

"Hello, hindi ko na po kaya ang tubo, principal na lang po ang babayaran ko," sabi ko sa telepono. Naku napagmura ako.

"Hindi ko rin po kayo mababayaran agad kasi ang dami nyo pong nakapila na iisa-isahin ko," sabi ko naman sa isa. Naku, umaatikabong mura na naman at pananakot ang natanggap ko.

1 BILL AT A TIME

"Magkita tayo sa korte! Ipadadampot kita sa mga pulis!" nanggagalaiti ang isa ko na namang kinausap.

"Sige po, pero lalong hindi ko kayo mababayaran. Kung mawawalan ako ng trabaho at makukulong, paano ako makakabayad sa inyo?" Pinagmumura na naman ako at nilait mula ulo hanggang paa, kasama pati alipunga, haist!

Naalala ko tuloy ang mantra ng Poor Mom ko tungkol sa mga inutangan niyang iniskandalo siya sa publiko. "Hindi na kita babayaran, ipinahiya at pinagmumura mo na ako eh, bayad na ako sa utang ko sayo!" Sana lang pwede ito sa husgado. Iba talaga ang Poor Mom ko, noh?

Lahat ng mura at pananakot eh tiniis ko. *Isinuko ko na kay God ang future ko kaya bahala na Siya,* sa isip-isip ko. Handa na

rin akong makulong that time. This became my life in the succeeding months after my mental breakdown. Kada sweldo, babayaran ko isa-isa at unti-unti ang pinagkakautangan ko. Kinausap ko rin ang daddy ng mga anak ko at ibinuyangyang ko sa kanya ang sitwasyon.

"Ikaw muna sa bahay at mga bata, lahat ng sweldo ko ay para sa utang. Kung hindi, makukulong ako," sabi ko sa kanya.

Wala siyang nagawa dahil jail guard siya eh. Alam niyang may kulong sa utang at mas magiging parusa sa kanya kung makulong ako at maiwan sa kanya ang dalawa naming anak.

All throughout that ordeal, church became my sanctuary. Laking pasalamat ko talaga sa anak kong panganay kasi siya ang nagpabalik sa akin kay God. From being a backslider, I finally realized na hindi ko kayang mag isang lumaban sa mga problema. *I told this story in detail sa #Baliw series books that I've also written.* Sa tuwing nagsisimba ako na gipit na gipit at madalas eh naglalakad kasama ang mga anak ko, lagi kong sinasabi, "God, alam kong malalampasan ko ito, bigyan mo lang ako ng lakas. I'm learning humility and faith because of these trials."

God answered my prayer in the form of giving me fire and passion for work. I was really a bad teacher in Bulacan but I made it a point to excel in my leadership style when I transferred to Quezon City. Inaral ko kung paano makitungo at mag-lead ng mga tao. Just like my father na magaling sa mga new

ideas and creative endeavors, I was able to sell my vision to my direct reports.

Mahina ako sa implementation, but I learned to lead people to implement my visions for me. My knack for public speaking and creative writing also helped because I could speak my mind and translate my plans into solid proposals. Yes, it's quite a toll to adjust from one management and boss to another, pero sanayan lang naman. Naisip ko na lang na *kung marunong kang makisama at alamin ang kiliti ng boss mo, kahit toxic yan matitiis mo*. It's that or talagang desperado lang ako noon 😂 kaya ang sipag ko sa work.

Prior to my Rich Ma'am taking over the school management, natapos ko ang graduate studies ko at na-promote ako bilang College Dean. I was in charge of the academic side of the school operation. My Rich Ma'am took charge of the financial operation, when she came out of her retirement. Like I said, nang dumating ako eh may tensyon na sa mga kapamilya ni Rich Ma'am na pinag-manage niya ng school. She discovered financial anomalies, corruption, and theft.

Dahil busy siya sa pag-aayos ng problema sa school, she hardly talked to me unless may ipapa-approve akong proposal or request na budget. Other than this, I was mostly left on my own managing the academic side. Yet, may mga pitik ng values

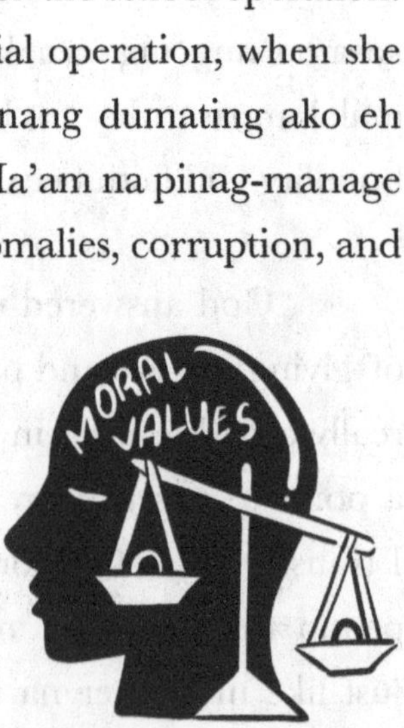

ni Rich Ma'am na unti-unting tumatatak sa akin. Dito ko nakita ang kanyang leadership and management style.

It was December, right after my mental breakdown, and we were preparing for the company Christmas party. My Rich Ma'am met with us, and she openly told us about the school problems. She even admitted, "Wala akong kaalam-alam magpatakbo ng school. Tulungan nyo ako." Grabe, noh? **Only confident people can admit their weaknesses and ask for help.** Insecure people will fake it till they make it.

Dahil naging bukas siya na walang pera ang school, may mga isyu sa dating management, atbp., sinabi nya rin na wala kaming budget sa Christmas party. Ang ginawa ni Rich Ma'am, nagpa-declutter ng school at ipinagbili ang mga scrap - lumang computers, sirang furniture and school equipments. Tapos, Greenwich pizza ang pagkain namin. Walang uwing ham or pa-raffle, pero ang nakakapagtaka puro SM gift checks ang ibinigay niya. May gift from school at may personal gift galing sa kanya, tapos may mga papremyo pa sa palarong hinanda namin.

Naisip ko, ang galing ni Rich Ma'am kasi nagawan niya ng paraan ang Christmas party na hindi inutang, at kahit simple eh sobrang na-appreciate ng mga employees yung party. Kaya naman hanggang ngayon ganito ang Christmas party namin. Wala masyadong food, walang pa-raffle na groceries, bigas, etc, walang exchange gifts, pero sobrang daming palaro, performances, at cash prizes at stake.

Inutos din ni Rich Ma'am noon sa Finance Department na maglagay ng quotation sa check vouchers, *"For every centavo you spend, you help the economy of the country."* Tapos sabi nya, pagandahin ang school para maganda ang service sa mga students. Kapag naramdaman ng mga students na hindi sila tinitipid, mag-i-stay sila at dadami pa. Ito yung turo ni Rich Ma'am sa amin – service above all others. Grabe, eh yung previous management namin hapit na hapit sa pera, tapos yung Rich Ma'am ko kada may proposal ako eh ina-approve basta ma-idepensa ko, na sa kabutihan yun ng mga estudyante.

I also observed my Rich Ma'am in the way she dealt with the students. Sa CR, wala siyang kyeme kung may kasabay na estudyante. Wala syang sariling CR na para sa presidente. Kapag nagkasabay kami sa CR at may pumasok na students, naku makikipag-kwentuhan yan – "Kamusta kayo? Kamusta ang pag-aaral nyo?" Kapag may ni-raise na concern ang mga bata tungkol sa teacher o reklamo sa tuition fee, agad-agad ipapatawag kami ni Rich Ma'am para maresolba ang reklamo.

Grabe, nanliliit ako kasi hindi ako nakikipag-usap sa mga students. Feeling ko, College Dean ako, I was above their reach, kumbaga. Dun muna sila makipag-usap sa mga prof nila bago sa akin. Tapos, itong Rich Ma'am ko, umaattend sa mga school activities, samantalang ako eh tamad na tamad kasi gusto ko nakakulong sa office at gumagawa ng mga reports or proposal. Yung humility ni Rich Ma'am ay humbling para sa isang kagaya kong akala mo kung sino eh galing naman sa kulungan.

WHILE I WAS FASCINATED OBSERVING MY RICH MA'AM, SHE WAS ACTUALLY OBSERVING ALL HER KEY PERSONNEL. SHE WAS STILL STRUGGLING – ADJUSTING AND LEARNING HOW TO RUN THE COLLEGE.

Galing siya sa corporate world, may mga nakikita siya sa system namin na masakit sa bangs niya pero hindi niya alam paano itatama. She needed an implementer of her vision for the school.

Gaya ko, gabi-gabi palang nagdarasal si Rich Ma'am. It started right before her birthday. Paalala ko ang timeline ha, para hindi nakalilito. Makikita nyo ang power ni God sa timing ng aming kwento. I was hired as an IT head preparing for a College Dean promotion. Right after nun, nagkaroon ng company meeting. I saw my Rich Ma'am for the first time. I knew she owned the school, that's it. We both witnessed how problematic the school was during that meeting. In the span of two years, there were several management reorganizations involving the relatives of my Rich Ma'am as school leaders. I rolled with all the school issues just like what Rich Ma'am did. Eventually,

TIMELINE

she reached the breaking point. Ito yung nag-maternity leave naman ako in August.

September, birthday ni Rich Ma'am. She decided to sell the school. Pagod na siya sa mga problema. "Pagkatapos ng birthday dinner with friends, nahiga ako sa kama, pagod na pagod." Umpisang kwento sa amin ni Rich Ma'am kung paano siya nag-desisyong bumalik sa trabaho.

"May boses akong narinig inside me, '*Sayang ang mga alam mo, hindi mo man lang maituro sa iba. May school ka pa naman. Babawiin ko na lang sayo*.' Sobrang iyak ko. Nagdasal ako at nagbigay ng commitment kay God na wag bawiin ang school. Ituturo ko sa iba ang galing ko sa trabaho."

Right there and then, pumasok na si Rich Ma'am sa school araw-araw. Soon after, in October, bumalik ako sa school dahil tapos na ang maternity leave ko. November, nagsimula na ang pananakot ng mga creditors sa akin. December ako nag-breakdown at nakipag-usap sa Diyos, pero noon pa man eh nasagot na ang dasal ng puso ko, dahil September ay nakipag-usap na si God sa Rich Ma'am ko. Isn't God an amazing plot twist storytelling master?

In one of her prayers, Rich Ma'am discerned to appoint an employee. Wala siyang balak magtrabaho nang matagal since retired na nga siya. "Hindi na ako aasa sa kamag-anak, mahirap silang turuan. Hindi nila ma-adapt ang vision at mission ko para sa school. Kukuha ako ng empleyado na mapagkakatiwalaan ko at ituturo ko lahat sa kanya kung paano

magpatakbo ng negosyo." All along, habang nagtatrabaho si Rich Ma'am, she was on a mission to find someone to mentor.

WHY ME?

Ang malupit na tanong ay, bakit ako? Bakit ako ang pinili niya? The no-brainer answer is, I handle the academic dept., duh! It's the heart of the school. Kaso hindi ako kumbinsido. God was writing our stories, kaya maraming plot twists.

Looking back, tatlong bagay ang naging dahilan kung bakit nagtiwala sa akin si Rich Ma'am. Itong tatlong bagay na ito naman ay tinik sa akin. Alam mo yung kwento ng fasting ni Jesus Christ, tapos dumating ang devil at inalok siya ng tinapay? Parang ganun yung nangyari. Kung saan ka mahina at gutom, dun ka talaga dedemonyohin ng dyablo. Kaya kailangan natin si Kristo para malampasan ang kanilang tukso.

Isa-isahin ko ha...

Being a College Dean, maraming perks at prestige akong nakukuha. Syempre, importante ang pirma ko lalo kung may perang involved dito.

1

One time, binigyan ako ng brand new phone nang nakilala kong foreign sponsor. Pumunta siya sa office ko to ask for help na bantayan ang grades ng mga scholars na pinapa-aral niya. We became friends in the process, hanggang marami siyang natulungang students namin na makatapos mag-aral. Syempre maingat ako, baka mamaya budol o kaya eh pedophile. Legit naman siya kaya naging mabuti

kaming magkaibigan. When he asked for my cell phone number, I mentioned sticking with email communication instead. Sira kasi ang cellphone ko at dahil nagbabagong buhay na ako noon, hindi na ako great pretender na uutang ng pera para makabili ng luho. Natuto akong magtiis ganda at mamaluktot sa maikling kumot. Hindi pa naman uso ang smartphones nun, pwede ka pang mabuhay sa talk and text phones.

When I received a brand new phone from this foreign sponsor, napaisip ako. "Lord, tama bang tanggapin ko ito? Parang may mali, hindi ako komportable." Tamang-tama, may meeting kami ni Rich Ma'am, I told her the story behind the phone and surrendered it to her. Ipinakilala ko rin si Rich Ma'am sa foreign investor para hindi maging weird ang situation. Ipina-raffle ni Rich Ma'am ang cellphone sa empleyado nung minsang magkaroon kami ng company activity. Grabe ang struggle nun kasi gusto ko yung phone. Pangalawa, pwede ko sanang ibenta para pambayad sa utang. Kaso may takot na nga ako kay God na baka mawala ang guidance Niya sa akin kapag gumawa ako ng masama.

Ask for God's GUIDANCE

2

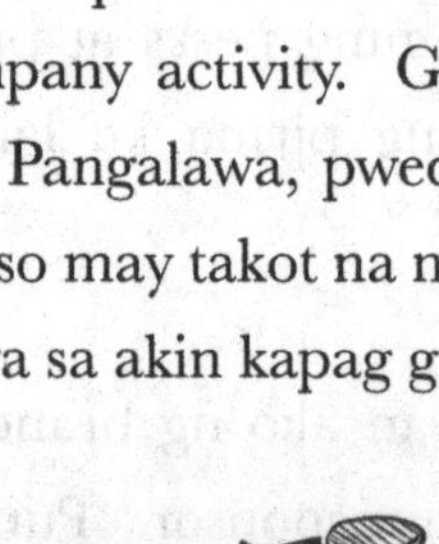

Bukod sa mga material gifts, nagkaroon din ako ng struggle sa financial gifts. I signed a contract with a photographer for our graduation pictures. Nagulat ako na binigyan ako ng may-ari ng P20 thousand pesos, percentage share ko daw for giving them the contract. Again, need na need ko ng pera kasi nga nagbabayad ako ng utang. Pero ayun na naman si God, may bulong. *"Hindi sayo ang pera. Yang libreng pictures sa iyo na, yang pera ay ibigay mo kay Rich Ma'am mo."* Huhu, ang sama-sama ng loob ko, pero wala eh, dapat sunod lang nang sunod kay God. I informed my Rich Ma'am about the money and she used it to treat the employees. Dun ko rin natutunan kay Rich Ma'am na palaging share-share dapat sa biyaya ang lahat ng empleyado, hindi pwedeng napupunta lang sa iilang tao.

The same happened nung nag-field trip kami at pumirma na naman ako ng kontrata. Binigyan na naman ako ng pera. By this time hindi na ako nag-imagine na sasabihin ni Rich Ma'am, "Sige, sayo na ang pera na yan. Ang importante eh ipinaalam mo sa akin." Wala nang ganun. Naging automatic sa akin na ibigay kay Rich Ma'am ang pera. Tapos si Rich Ma'am, parang nasanay na rin. Inilagay sa vault, then ginamit na pang-meryenda ng mga employees.

Sa umpisa, the struggle is real talaga, pero totoo pala na you can develop a habit if you keep on doing the same thing over and over again. Kung palaging masama ang ginagawa mo, aabot sa puntong wala ka ng konsensya, manhid ka nang manloko o manakit ng tao.

Kapag nasanay ka namang gumawa ng tama at mabuti, nagiging instinct na ito sa iyo eventually.

Ang ginagawa ko lang sa gabi eh tinititigan ko ang listahan ng utang ko. Isinulat ko kasi lahat ito sa papel at isiningit sa Bible na binabasa ko. Pagkatapos titigan ang halos milyon kong utang, iniisip ko talaga, puti na ang buhok ko sa kilikili bago ko ito mabayaran, haist! Ang dasal ko lang noon, "Lord, utang mo ito, hindi ko ito utang. Ikaw na ang bahala sa akin bukas."

Ang sarap lang talaga mabuhay na walang pretentions. Simple na ako mag-ayos at gumastos kasi nga laser focused ako sa pagbabayad ng utang. Hindi na rin ako iniistorbo ng mga pinagkakautangan ko kasi nga nakita naman nila ang sincerity kong magbayad. Kinakausap ko sila at hindi ako nagtatago. Kahit madalas pa rin akong masermunan, natitiis ko na yung sakit. Minsan nagagamit ko yung dissociation ko, lumalabas sa kabilang tainga ang mura nila para hindi mag-stick sa aking memorya.

• WHEN YOUR HEART IS READY

"Ma'am…" pumasok sa office ko si Ma'am Clarisse, umiiyak. Syempre kakuntsaba ko yun sa utangan kaya naging mabuti na kaming magkaibigan.

"Bakit? Anong nangyari?" Nataranta ako. Kasi baka may balita tungkol kay Mrs. Uy eh nagbabayad pa rin ako ng utang dun.

"Ang saya-saya ko! Gusto ko

lang i-share sayo na ang bait ng Diyos. Wala na akong utang kay Mrs. Uy ma'am, nabayaran ko na lahat. Pati yung problema ko sa taxi namin," hagulgol ito habang nagkukwento.

"Ha?! Paano?" Hindi man makapaniwala, inggit na inggit ako.

"Bawal kong ikwento sayo pero i-sikreto mo ha..."

Binayaran ni Rich Ma'am ang lahat ng utang niya. Natulala ako.

In fairness, isa si Ma'am Clarisse sa mga matagal nang employee ng school. Kumabaga, kilala na niya si Rich Ma'am dahil sumasama naman ito sa company outings at ibang big events ng school noon.

Nagkita daw sila sa CR at nagkamustahan. Doon na nag-open si Ma'am Clarisse ng mga problema niya sa pera. Nang sumunod na araw, nasurpresa daw si Ma'am Clarisse nang biglang ipatawag siya ni Rich Ma'am at abutan ng tseke.

"Bayaran mo ang mga utang mo, tapos bayaran mo ako ng unti-unti para wala ng naghahabol na maniningil sayo." Grabe, noh? Napapa #sanaol ka rin ba na sana ganito ang boss na meron ka?

Nang gabing yun, naiyak na naman ako kay God. Bittersweet, kasi naisip ko na hindi matapobre si Rich Ma'am sa taong may utang. Takot kasi ako na biglang magkagulo sa school dahil nga dadamputin ako ng mga pulis. Ayoko ring mawalan ng trabaho kasi nag-e-enjoy din ako na maging boss si Rich Ma'am. Ibang-iba sya sa previous bosses ko.

Ganitong klaseng boss si Rich Ma'am. Aayain ka nya mag-lunch. One on one na kwentuhan, personal at trabaho. Inisa-isa nya kaming mga key personnel i-date once a week. Iikot yan sa registrar, marketing, finance, academic, etc. para makipag-kwentuhan, depende kung sino ang may dapat ayusing problema o importanteng activity.

Sa lunch mabait si Rich Ma'am, pero sa office grabe ang pagdurugo ng proposals ko. Gentle siya pero sobrang ma-probe at istrikto. Mamaya magtatawanan kayo, tapos biglang pagsasabihan ka nya sa maling ginawa mo.

She taught me about preparing proposals, incorporating financial analysis, proper liquidation, and the likes. Kumbaga, ginawa niyang parang corporate set-up ang school. Everything became systematic from forms, policies, and procedures. It was tough na maging boss siya dahil detail-oriented at perfectionist, pero I was learning a lot and loving every minute of it. One time, may proposal ako na ilang beses lumabas pasok sa office nya, duguan dahil sa dami ng red pen marks. Hindi lang siya nakatingin sa figures, pati grammar at sentence construction eh merong correction. Nakakainis sa una pero kapag nasanay ka na, natututo kang mag-isip na parang yayamanin ka. Kapag nakakapasa ang proposals

ko after several revisions, lumalabas ako sa office niya na sobrang exhilarated. I love the challenge kasi, at ramdam kong nag-i-improve ako everytime kausap ko si Rich Ma'am.

Ewan ko, ang hirap ipaliwanag eh. Nung isinuko ko ang lahat kay God, meron akong specific na sagot sa dasal na gusto kong makuha. Gusto ko ng pera para makabayad sa utang. Gusto ko ng malaking sweldo at ibang paraan para kumita ng pera, ito ang laman ng puso ko. Dito ako nakatutok bilang tugon ni God sa panalangin ko. Kaso iba pala ang sagot ni God. We cannot put Him in a box because His ways are beyond our comprehension.

On top of everything else, naging okay kami ng daddy ng mga anak ko dahil ngayon hindi na ako lang ang pumapasan sa buong pamilya, kasama ko na siya. At kahit napapagmura pa rin ako ng mga pinagkakautangan ko, alam kong hindi na nila ako ipakukulong dahil nababayaran ko sila paunti-unti. Tapos, sobrang saya ko pa sa trabaho dahil kahit istrikto si Rich Ma'am, gumanda ang school namin at sobrang dami kong natututunan. Life was tough, but I felt God's presence all the time, and that's what matters the most.

Then in August, 8 months after my mental breakthrough, I got a call from Rich Ma'am. Naka-leave siya dahil coding ang kotse nya na WCH ang plate number. ☺

"Amy, birthday mo pala. Bukas mag-eat-all-you-can tayo para maiba naman," sabi ni bossing. Syempre masaya ako. Minsan lang kapag kausap ko si Rich Ma'am, I couldn't help but remember what she did with ma'am Clarisse. Naiinggit na naman ako, haist!

Habang kumakain kami at nagkukwentuhan, nabanggit ni Rich Ma'am na gusto nya akong i-promote from College Dean to Academic Head.

"Ano po yung Academic Head?" hindi ko pa ma-proseso ang sinabi niya, overwhelming kasi.

"Naisip kong gumawa ng bagong position. As College Dean kasi, ang hawak mo eh teachers and students. Gusto ko sanang hawakan mo ang MIS (Technical Support) at registration departments."

Napalunok ako. Mas matatagal na employees ang heads ng mga departments na ito. Ako ang magiging boss nila? Nyak! Sinabi ni Rich Ma'am na nagustuhan niya ang progreso ko sa pagtatrabaho. Gusto nya na mabilis akong kumilos, madaling makaintindi at sumunod sa instructions, at mataas ang aking pinag-aralan *(buti naman may pakinabang pa rin ang aking sandamakmak na diploma).*

Aside from the above, my father taught me an important life skill – listening. "Don't talk about yourself a lot, mauumay sa iyo ang mga tao," sabi ng itay ko. Siguro kaya ang dami kong nakimkim sa loob ko dahil wala akong ginawa kundi makinig sa kwento ng iba. Not complaining though, because of this skill, I became an author.

IF YOU TALK ABOUT YOURSELF, YOU'RE NOTHING BUT A FOOL. IF YOU TALK ABOUT OTHER PEOPLE, TSISMOSA KA. IF YOU TALK ABOUT IDEAS, YOU'RE BRILLIANT. IF YOU KNOW HOW TO LISTEN WELL, YOU'RE A MASTER.

Instead of reacting sa mga plano ni Rich Ma'am sa aking career, I just focused on listening to her. Good listening skills help one learn how to ask questions that matter the most. Halos hindi matapos-tapos ang kwentuhan namin. Sa ganitong mga table talks namin, nalaman ko ang life story ni Rich Ma'am na minarites ko naman sa inyo. ☺

I also talked about myself, pero yung mga safe topics lang. Particular dito ang pagsisimba ko at kung paano ko isinuko ang buhay ko sa Diyos. Kinuwento ko rin ang tungkol sa makulit kong mga anak na hingi nang hingi ng pagkain at laruan kada naglalakad kami pauwi galing simbahan. Sa dami ng aming kwentuhan during my birthday lunch eh halos umabot na kami ng hapunan. Rich Ma'am even talked to me about Ma'am Clarisse and how she helped her. I pretended that I didn't know, pero may kurot na naman sa puso ko ng inggit, but I prayed to God knowing that He had some other plans for me.

Nung nasa parking lot na kami ng school matapos ang lunch, as an afterthought, bigla akong tinanong ni Rich Ma'am bago ako bumaba ng kotse niya. "Teka muna, Amy, bakit wala kang pera pag Sunday kaya naglalakad kayo sa simbahan at hindi bumibili ng pagkain para sa mga bata, hindi ba enough ang sweldo mo?" Natulala ako sa tanong ni Rich Ma'am. Bigla akong napahagulgol sabay sabing… "Ma'am, yung problema ni ma'am Clarisse na ikinuwento ninyo, yun din po ang problema ko."

"Ha?!" Gulat na gulat si Rich Ma'am.

"Ma'am, inaayos ko naman po. Malaking bagay na alam nyo ang sitwasyon ko at wag akong alisin sa trabaho. Salamat po sa plano na promotion pero natatakot din po ako na baka dahil sa problema ko sa pera eh pumalpak ako. Hindi po ako karapat-dapat pagkatiwalaan lalo kung pipirma ng tseke at ibang financial concerns ng school." Kumalma na ako kasi sobrang sarap magpakatotoo. Okay na rin na hindi ako tulungan ni Rich Ma'am, sapat na ang malaman niya ang sitwasyon ko, at hindi siya magbago ng pagtingin sa akin.

"Magkano ba ang utang mo?" tanong ni Rich Ma'am. Sobrang bilis mag-register nung figure na isinulat ko sa papel na nakaipit sa Bible. Sinabi ko ang amount, less than half million. During that time, sobrang laki ng valuation ng amount na yun.

"Ma'am, wag nyo po akong alisin sa trabaho. Nagbabagong buhay naman na po ako," pakiusap ko ulit bago kami maghiwalay matapos kong mag-breakdown sa kanya.

Kayo ba nakakaiyak sa boss nyo? Kami ni Rich Ma'am palaging nag-iiyakan, even hanggang ngayon.

Grabe ang iyak ko sa Diyos nung gabing yun. "Lord, salamat po nasabi ko na. Salamat po alam na niya ang lihim ko," dasal ko. *At this point hindi pa alam ni Rich Ma'am ang aking ibang trauma, isa-isa lang muna at baka ma-overwhelm siya.*

Kinabukasan, ako naman ang wala sa school. Nasa ibang branch ako dahil may laban ang mga students namin – academic competition. Bigla akong nakatanggap ng tawag mula kay Rich Ma'am. *Buti na lang eh napagawa ko na ang cellphone ko*. ☺

"Amy, wala akong personal na pera pero tumawag ang Citibank Credit Card ko for a cash loan, sakto sa perang kailangan mo to pay all your debts. 1% ang tubo for 5 years, okay ba sa iyo?" Sabi ni Rich Ma'am.

OKAY BA SA AKIN?! OKAY BA SA AKIN?! ARE YOU FREAKIN' SERIOUS?! Pumapatol nga ako sa 20% na tubo tapos tutubuan mo ako ng 1% per month?!? OF COURSE OKAY SA AKIN! Gusto kong sumigaw pero humagulgol na lang akong bigla. Akala tuloy ng mga kasamahan kong teachers eh naiyak ako sa saya dahil nanalo ang team namin.

Grabe na naman ang iyak ko sa Diyos nung gabing yun. Ngayon alam nyo na kung bakit naging habit ko ang umiyak sa Diyos gabi-gabi? Biruin mo it took me 8 very loooong months bago dumating ang sagot ni God sa aking panalangin sa porma at sitwasyong hindi ko pa inaasahan.

"Handa na ang puso mo sa biyaya Ko," ito ang narinig kong sagot ni God habang tulo ang luha at uhog ko sa pakikipag-usap sa kanya.

Nang makabalik ako sa school ay ipinatawag ako ni Rich Ma'am sa office niya. Kinuha ang listahan ng aking utang at saka nag-issue ng mga tseke na nakapangalan isa-isa sa mga creditors ko.

Yun si Rich Ma'am, balanse ang tulong sa pagiging wise at cautious. Pinapirma niya ako ng loan agreement na babayaran ko sa loob ng limang taon ang aking utang na may tubong 1% kada buwan. Grabe ang Diyos, noh? **Wag kang mainggit, may plano si God sayo kaya mo binabasa ang librong ito, okie? Tiwala lang, kapit lang.**

Syempre after kong makuha ang tseke eh agad akong nagpa-meeting de abanse sa mga creditors ko (Charot!). Isa-isa ko silang pinagsasampal ng tseke. "Hindi nyo na ako alipin! Heto ang kabuuang bayad sa utang ko. Ngayon, kayo naman ang luluhod sa harapan ko, mga SIMBERGWENSA! (Charot lang, imagination ko lang ito.) 😃

Tinawagan at kinausap ko sila isa-isa. Sobrang excited ko talagang makabayad ng utang. Ang sarap sa feeling, grabe! Alam nyo after ko silang bayaran nang buo, biglang 180 degrees din ang treatment nila sa akin. "Kapag may need ka ulit, lumapit ka lang sa akin at papautangin kita," sabi nila. NO WAY, JOSE! Nagbagong buhay na si Lowluh. Isa na akong certified ex-utangera (ng barya-barya). 😂

What happened brought me closer to Rich Ma'am. Naging right hand nya ako sa pagpapatakbo ng school. From less than 500 students, napalaki namin ang populasyon ng college. At one point umabot ang enrollees namin sa kulang na bilang tatlong libo. Nag-expand din kami ng facilities from one small building to four buildings and a covered court. Hindi lang ako ang nabiyayaan ng generosity ni Rich Ma'am, halos lahat ng employees namin ay nakinabang sa tuwing maganda ang kita ng aming paaralan.

Slowly I opened up my heart to Rich Ma'am, and told her my whole story. Nalaman niya ang tungkol sa Poor Mom kong ex-convict at ang totoong situation ng aking pamilya – that I was a mistress – now an ex-mistress *(another book, another story)*. I used to carry the surname of my children's father, nagulo ang mga dokumento ko sa SSS, banko, at pag-ibig. Sa tulong ni Rich Ma'am, nakabalik ako sa tunay kong pangalan – Amelia De Chavez Pagdanganan, proudly bearing the names of both my parents na nag-traumatize sa akin (Charot!). Hindi ko isinulat ang kwento nila para dungisan ang kanilang pagkatao. With forgiveness in my heart, I am honoring them regardless of what happened in the past.

After clearing all my financial troubles, Rich Ma'am taught me about personal budgeting. Pagka-alis ng utang ko sa kanya and tithes para kay God, ang sunod ay isa-isa kong sinosobre ang mga gastos namin na dapat eh hindi maubos bago dumating ang susunod na sweldo. At this point, wala akong ipon pero wala rin naman akong nagkalat na utang.

Kaso may mga times na kapag nakakakita ako ng "SALARY LOAN, NOW! na usong-usong advertisement noon, eh tumatalon ang puso ko. May pitik pa rin ng utak topak ang tukso sa akin bilang utangera. Pero unti-unting nag-iba ang pananaw ko sa pera. Neutral ang pera, hindi siya evil. Basta wag kang maging emosyonal sa pagkakaroon at paggastos nito, hindi ka mapapahamak. Wag lang itong sambahin at mahalin, na tipong iikot sa pera ang buong buhay mo, hindi ka nito tutuklawin. Nung nawalan ako ng utang, noon ako nagsimulang mangarap. Grabe, noh? Kapag baon kasi tayo sa utang, bawal mangarap at magkaroon ng ari-arian or investments kasi nga naunahan tayo ng problema sa pera.

I FEEL YOU. Alam ko na pwedeng biglang sasama ang loob mo while reading this story. **Wag kang mag-self pity. Sabi ko nga sa iyo na kaya ka may problema sa pera ngayon ay dahil may inaayos si God sa puso mo.** Posibleng kailangan mong balikan ang trauma ng iyong kahapon bago ka pagkatiwalaan ni God sa biyayang laan. Kasi baka mamaya, ibigay sayo ni God ang hiling mo, tapos sa huli uulit ka lang sa dati mong gawi, eh di wala rin.

Tanungin mo ang sarili mo, "Kung sakaling alisin ni God ang lahat ng problema ko sa pera ngayon, anong next na plano ko sa buhay?" Kapag wala ka pang sagot o kung ang sagot mo lang ay magiginhawaan ka, makatutulog na nang mahimbing sa gabi, at sasaya, sorry, pero hindi ka pa ready. Gusto mong maiahon ang pamilya mo sa kahirapan? Sorry, posibleng hindi pa handa ang puso mong ma-gauge kung gaano kalawak ang responsibility na ibibigay sayo kasunod ng biyayang makukuha mo.

SOMETIMES WE NEED TO HAVE A LOOK INWARD IN ORDER TO LOOK FORWARD.

Kaya, dig deeper. May higher purpose bakit ito ang problemang ibinigay sa iyo – pinakamadali pero sobrang sakit sa ulo. Imagine your life without money problem, paano ka magagamit ni God? **How can your life serve a purpose above and beyond your personal relief and pleasure?**

Dumadaan ka ngayon sa pagbabasag at renovation ng puso. Hold on habang tinitibag ni God ang buhay mo, naghahanda lang siya nang malaki at matibay na moog para punuan Niya ng nag-uumapaw na biyaya, kapag handa ka nang magpa-ALIPIN sa Kanya. You have to choose between two masters anyway, pera o si GOD? Mamili ka.

Humility

Yun lang, it takes HUMILITY to accept God's slavery. Sa una masakit pakinggan ang masabing alipin ka ni God, pero kapag team God ka na, you will evolve too. From slaves, to friends, you will soon be

His child too. At sa puntong iyun, matatawag mo na Siyang, "Abba, father. Here I am your humble servant."

Kaya sabi ko sa umpisa ng book na ito, ang kwento ko ay tungkol sa aking Rich Ma'am, Poor Mom, and my DAD. Hindi ang itay ko sa lupa ang bida sa kwento na ito, kundi ang AMA natin na gumawa ng buong mundo.

Ano, handa ka na bang magpa durog ng puso? Can we pray together before we continue?

"Aming AMA, pagod na ako. Totoo ka ba? Totoo ba ang kwentong ito? Can you write my story as well? I am a sinner, Father. Please, hindi ako karapat dapat sa grasya at dugo Mo, pero sabi Mo kapag humingi ako ng tawad sa Iyo, taos pusong paghingi ng tawad, ako'y pakikinggan Mo. Be my Lord and Savior from this moment forward, Lord. Heal me from my trauma na siyang dahilan kung bakit ganito ang aking problema. Kumilos ka sa buhay ko, Lord, dahil suko na ako. Hindi ko na kaya. To you, I will entrust my whole being. Please accept me, Lord, and make me a new creation in your mighty name, Jesus Christ, Amen!"

THE AUTHOR OF YOUR LIFE

Nobelista ako. Mas nauna akong magsulat ng mga romance novels bago itong mga self-help books. Pag nagtuturo ako sa mga bagets magsulat ng nobela, lagi kong sinasabi sa kanila, "Kailangan pagtagpuin nyo ang mga bida sa paraang kakaiba." Halimbawa ang characters mo ay isang sikat na K-pop singer at ang isa naman ay tindera ng banana que sa Sorsogon. Gawan mo ng paraang magtagpo sila para tumakbo ang istorya. Time travel man yan, magical intervention, or simpleng nabilaukan ng banana que si Jimin, bahala ka! Kwento mo yan, dapat panindigan.

"Sunod, kapag nagtagpo na ang landas ng dalawang bida, gawan mo ng paraang hindi sila mag-hiwalay. Pwersahin mong mag intertwine ang buhay nila hanggang umabot sa puntong, they cannot live without each other." Challenge ko pa sa kanila.

"Tapos hindi pwedeng flat ang kwento ha. Boring yun. Gawan mo ng flaws ang mga characters para habang lumalakad ang istorya eh nagkakaroon ng character arc ang bida nyo. Maganda kung may redemption twists, matinding conflicts, at iba pang elemento ng kwento. Basta sa dulo malaman ang lessons na makukuha ng readers dito." Patuloy

ko pa. Madali itong sabihin, pero bilang aspiring authors, mahirap itong gawin.

Kaya hanggang ngayon na-a-amaze pa rin ako kay God for giving me a knack for writing and telling stories. Bakit naman hindi Nya ako bibigyan ng talento according sa kakayahan ko, eh He created me according to His image.

Si God lang naman ang greatest author of our destiny, pero hindi ka Nya gagawing puppet. Hahayaan Niyang mag-evolve ang character mo on your own, pero sa huli mamimili ka. Ikaw ba ang susulat ng ending ng kwento mo o ipagkakatiwala mo ang endgame sa Kanya para gawin kang hero?

Bakit si Poor Mom ang nanay ko? I don't know. Bakit nag-meet ang isang magaling na Vice President ng banko at anak ng estafadora? I don't know. Basta ang alam ko, God made sure na kailangan ni Rich Ma'am ng isang taong mapagkakatiwalaan para i-train nya to be the next president of her school. Ako naman ay nangangailangan ng taong magha-harness ng aking potensyal at ituturing akong anak. Bagay na hindi maayos na nagawa ni Poor Mom. In the process of my relationship with Rich Ma'am, we evolved. It is evident in our character arcs. Itinuro sa akin ni Rich Ma'am ang business skills niya, habang isa ako sa mga nagtanim kay Rich Ma'am tungkol kay Jesus Christ. That's why tinanggap na rin ni Rich Ma'am si Jesus bilang kanyang personal Savior and God.

Pabugbog ka kasi sa Diyos. Paalipin ka! Paabuso ka sa mga utos Niya. Mahirap talaga sa umpisa lalo at lumalaban ang iyong maduming kaluluwa. Pero sa huli, kapag sumuko ka na sa pakikipag-giyera sa Kanya, magugulat ka, dahil si God naman ang magpapa-abuso sa iyo. When the time comes that God spoils you rotten, sasabog ang puso mo sa sobrang pagmamahal Niya at ipapasa mo ito sa iba. Matindi pa sa COVID19 virus ang hawahan kapag ang tao ay napuspos ng pagmamahal ng Diyos. Your heart cannot contain such love that you have no choice but to share it with others. Ayan ha, waiting lang si God to write your story and end it with all His glory.

RICH MA'AM POOR MOM TRAUMA ANALYSIS

Balikan natin ang pathology ng problema sa money. Tandaan, parehong nakaranas sina Rich Ma'am at Poor Mom ng trauma. Pero kung babalikan natin yung theory ni Karen Horney tungkol sa child and personality development, hindi pleasure ang driving force ng tao, lalo ng bata. Safety and satisfaction ang kauna-unahang pangangailangan na gustong maramdaman ng kahit sino. Analyze natin kung sa buhay ng Rich Ma'am and Poor Mom ko, ito ay totoo.

1 **Two-parent household.** Mahirap ang tatay, mayaman ang nanay ni Poor Mom, tapos mayaman ang tatay at mahirap ang nanay ni Rich Ma'am. The major difference that played a key role in their lives while growing up was may nanay si Rich Ma'am, ulila sa ina si Poor Mom.

In my case, anak ako sa labas but at least I grew up with a two-parent household. Suffice it to say, maraming single-parent household sa panahon ngayon at bilib ako sa mga solo-parent. But remember, it takes a village to raise a child. Malaking advantage sa buhay natin in terms of safety na may parents (dalawa sana, ama at ina) or community ka at ang anak mo (if any).

THE KIDS NEED THEIR MOMS FOR CARE AND NURTURE IN THE FIRST 3 YEARS OF THEIR LIVES. THEIR DADS MUST ALSO BE THERE FOR SAFETY, DISCIPLINE, AND PROTECTION, NOT JUST OF THE KIDS BUT THE WIVES TOO.

Ito ang edge ni Rich Ma'am kay Poor Mom. Now, balikan mo ang past family dynamics na meron ka while growing up. Be curious, possible bang may kinalaman ang nature and nurture kung bakit ka nagkaroon ng problema sa pera ngayon? Also, sa assessment mo, may nire-reenact (nakopya) ka bang buhay ng caregivers mo na buhay mo na ngayon? It's not too late, try to make sure not to repeat the bad things that happened in your past to your present life. You have to make a change, no matter how small. Also, it's not healthy to isolate yourself or your family. Hindi man kayo perfect, you still need community.

2 **Money management.** Parehong nawalan ng trabaho ang tatay nila Rich Ma'am at Poor Mom, pero nakita ni Rich Ma'am ang money management ng nanay niya kahit mahirap sila. Bukod dito, manginginom ang tatay ni Poor Mom at waldas. Hindi naman mabisyo ang tatay ni Rich Ma'am kaya madalas itong suportahan ng mga kapatid. Kaya importante talaga ang presence ng magulang. Since I grew up

with my Poor Mom, na-imprint sa akin ang maling values niya sa pera. Ikaw? Yung mga nagpalaki sa iyo, paano ba sila humawak ng pera? It's one thing to grow up in a two-parent household, pero kung puro mali naman ang diskarte sa buhay, mali rin ang maipapasa nilang

paniniwala sa iyo. Learn the ropes and laws of money and make sure to pass it on to your kids para hindi na sila matulad sa iyo o sa pamilyang kinalakihan mo.

3 **ABANDONMENT ISSUE.** Ipinamigay si Rich Ma'am panandalian, pero agad din namang napawi ang rejection na naramdaman. Binawi siya agad ng pamilya at naging solid ang samahan nila. Hindi kagaya ni Poor Mom na palaboy-laboy. Nagsumikap sya para makuha ang love ng family kahit hindi nya maramdamang kabahagi siya. Ikaw, kahit briefly, may kwento o memorya ka bang nawalay ka sa iyong pamilya? Minsan ba nasasaktan ka pa rin kapag naaalala mo ito? Posible kasing madala mo ang sakit sa nangyayari sayo ngayon, binabalewala mo lang ang koneksyon. Dahil personal ko ring naranasan ang maging sampid sa ibang bahay, hindi ko ito ipinaranas sa mga anak ko. I'm against sleepovers kahit sa kamag-anak ko pa. Never kong pinapatulog nang matagal ang mga anak ko sa ibang bahay. Bisita-bisita siguro pwede, pero kahit magdildil kami ng asin,

hindi ako papayag na magkahiwa-hiwalay kami, unless adult na sila and ready to stand on their own two feet. Sana maging mantra mo ito, kahit anong mangyari eh walang iwanan, walang sukuan. Basta pamilya, tuloy ang laban. Even OFW families, hindi ko gusto. Opinyon ko lang naman ito, ha. Minsan kasi, sa kagustuhang umahon sa hirap, isasakripisyo lahat-lahat. Tapos sa huli, hindi rin mabubuo nang pera ang nasirang pamilya. Kaya sa mga OFWs, dapat may gameplan kung hanggang kailan ka lang dapat mawalay sa mga mahal mo sa buhay.

4 **STRONG VS WEAK MEN.** Surrounded by a strong man, my Rich Ma'am had a father who was present to protect her. Unfortunately my Poor Mom had an absentee dad – physically present pero emotionally absent. My Rich Ma'am got married in her old age, hindi kasi niya kailangan ng love and affirmation from any guy. My Poor Mom got married for the wrong reason. Just like my Poor Mom, I fell in love with a wrong man. In your case, hingin mo ang magiging asawa o partner mo kay God (kung wala pa). Kung meron na, lapit kayong dalawa sa Diyos, kasi pag hindi kasama si God sa marital bed, ang daming problema ng inyong pagsasama. Again, isa ang problema sa pera na dahilan kung bakit hindi nagtatagumpay ang buhay may asawa. Pray for a godly spouse. Kay God dapat galing ang lakas ng asawa mo, para kaagapay mo ito sa panahong mahina ka.

You can be masculine without being TOXIC

5 EDUCATION. My Rich Ma'am finished college and had a career, my Poor Mom didn't finish what she started and had a volatile career path in sales. My Rich Ma'am worked at the bank (saving and investing money), my Poor Mom worked in sales (selling, spending, and receiving commissions). Grabe ang glaring differences ng buhay nila na nag-contribute ng pananaw nila sa pera, noh? Educational attainment or the kind of work may or may not play an important role in your personality development, pero these are important factors to consider.

> **DESPITE MY WRONG MINDSET ABOUT EDUCATION, HINDI AKO NAGSISISI NA MARAMI AKONG DIPLOMA. YES, IT'S JUST A PIECE OF PAPER, BUT THEY TOLD A STORY OF FINISHING WHAT I STARTED KAHIT MAY MGA PANAHONG GUSTO KO NANG SUMUKO.**

Look into your unfinished business, baka oras na para tapusin ang inumpisahan at matapang na harapin ang kinatatakutan. Ayaw na mag-aral ng anak mo? Eh di yung pera para sa tuition niya gamitin mo para ikaw naman ang bumalik sa school. Ayaw nya, di wag nya!

Pansinin nyo, sa buhay nila Rich Ma'am at Poor Mom, hindi pleasure ang driving force kasi pareho naman silang walang yaman. Pero kung susukatin ang safety and satisfaction, my Poor Mom was lacking – wala syang guidance at proper training. My Rich Ma'am, on the other hand, was blessed in this area. Kaya naman makikita ang differences ng trajectory ng buhay nilang dalawa. Tama rin ang theory ni Karen Horney, ibang-iba ang batang lumaki na may safety and satisfaction sa buhay. Nagreresulta ito ng pleasurable living condition for the kids na hindi necessarily galing sa pagkakaroon ng maraming pera.

LIFE LESSONS FROM POOR MOM (MY BIOLOGICAL MOTHER)

From personal experience, isa-isahin ko naman yung mga lessons na natutunan ko sa aking Poor Mom. Kahit naman ang daming kapalpakan ni Poor Mom, grateful pa rin ako na sya ang nanay ko. Alam nyo yung lumaki ka sa taong puro mali ang ginagawa tapos ay ipinangako mo sa sarili mong hinding-hindi mo sya gagayahin, ganun ang aral na iniwan sa akin ni Poor Mom. Narealize ko rin na maraming katangian ang Poor Mom ko na naging weakness niya, pero nung na-adapt ko nang tama ay naging strength ko naman.

Gagamitin ko ang salitang HIRAP para ituro sa inyo ang limang valuable lessons from my Poor Mom na pwede nyo ring ma-apply sa inyong buhay.

Hindi pwedeng hindi
Ikutan ng batas
Rapido Bandido
Apog na makapal
Panalangin at Pananampalataya

HIRAP

H indi pwedeng hindi

Tenacity and perseverance – my Poor Mom couldn't take no for an answer. Magandang pakinggan, noh? Ang ibig lang sabihin nito ay sobrang tigas ng ulo ng Poor Mom ko. Hindi ka nya titigilan hangga't hindi nya makuha ang gusto nya sa iyo o gawin ang gustong niyang mangyari.

Analyzing may Poor Mom's psyche, feeling ko talaga may ADHD siya, eh. May mga pagkakataong madaling maumay ang aking Poor Mom sa ginagawa niya, pero meron siyang mga bagay na kapag nagkaroon siya ng laser focus na interest, kukunin o gagawin niya kahit ikapahamak pa niya o ikasakit ng iba.

Bumisita si Poor Mom noon sa bahay ng isa niyang ate. Sa tabi ng bahay ay merong maliit na opisina. Doon unang nakita ni Poor Mom ang aking itay. Galing itong Maynila at pusturang-pustura. Na-starstruck daw ang aking Poor Mom kaya nang makaalis si itay ay agad siyang naki-marites sa opisina. Nang malamang insurance agency ito ay agad nag-apply na agent si Poor Mom. Habang walang benta ay laging nakatambay si Poor Mom sa opisina, hoping na babalik ang itay ko na siyang trainor ng mga insurance agents. Nang magkaroon ng papeles na dadalhin sa Maynila, ang Poor Mom ko ang nag-volunteer para dalhin ito sa main office. Sa kanya ang lahat ng gastos, masiguro lang na makita niya ulit ang aking itay. Parang psycho talaga ang dating, once na may nagustuhan siya, kukunin niya. Once na may naisip siyang idea, gagawin niya.

"Tigas ng ulo ng nanay mo, sinabihan ko na yan na wag pasukin ang ganyang negosyo, ayaw makinig," madalas itong reklamo ng itay ko tungkol sa aking Poor Mom. Si Poor Mom yung tipo ng taong kapag pinagbawalan, lalong nanggigigil sumuway.

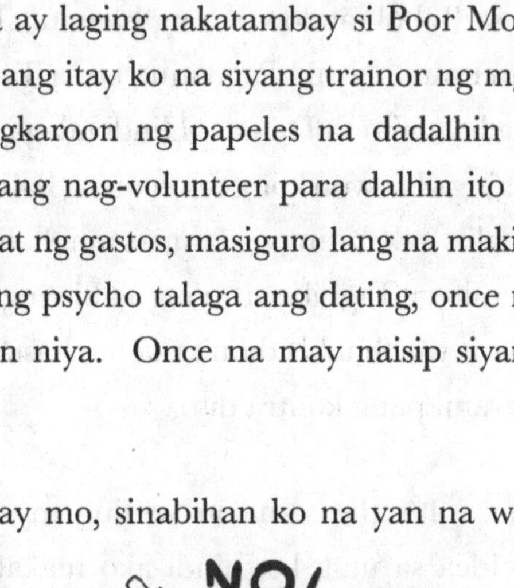

I have the same gigil. Naiinis ako kapag pinagbabawalan ako. Lalo kong gagawin ang ayaw mong gawin ko. Kaya galit na galit sa akin ang overprotective kong anak. Ewan ko ba, meron akong topak minsan na kapag na-preoccupy ako ng isang bagay, hindi ako maka bitaw. Kailangan kong i-pursue ang gusto kong gawin or else hindi ako makaka-move on to accomplish other things.

IN THAT SENSE, MY POOR MOM TAUGHT ME TENACITY AND THE ART OF NEVER QUITTING.

I remember days before traveling to Bohol, nabalitaan ko ang tungkol sa Danao Adventure. Sabi ko sa sarili ko, 'pagpunta ko sa Bohol tatalon ako ng bangin.' Topak ko rin kasi ang extreme adventure. Nyak! Pagdating ko sa Tagbilaran, almost half day pala ang layo nito sa Danao. Hindi talaga kaya ng utak kong bumitaw sa naging obsesyon kong tumalon ng bangin. Ayun! Madaling araw ako umalis, nakarating ng lampas tanghali sa Danao, tumalon, at umuwi na ulit sa Tagbilaran nang gabi ring yun. Mission accomplished! Was it worth it? It didn't matter, basta gusto ko eh gagawin ko kahit marami pang kontra dito.

It's the same in writing my books. Kapag nakabuo ako ng idea sa utak ko, hindi ako makatulog nang maayos hanggang hindi ko magawang libro. Kapag pinigilan mo ako, si Godzilla ang makahaharap mo.

Persistence is Key to anything WORTH HAVING.

How did this characteristic play an important role sa pagbagsak at pag-ahon ko sa utang?

Well, persistent ako sa pangungutang ng pera. Hindi mo ako mahihindian. Ayun, lumubog ako sa aking kapahamakan. Yet, persistent din ako once naging decided akong magbagong buhay. When I put my mind and soul into something, I never quit.

When Jacob wrestled with God (Gen. 32:24-28), hindi sya nag-give up buong magdamag kahit na nga pinilayan pa siya ni God in the process. Sabi ni Jacob, "Hindi ako aalis dito hangga't hindi mo ako pinagpapala." In the end, he was blessed, and his name was changed from Jacob, the thief, to Israel, the father of a chosen nation.

Be like that in your quest to change your life. Don't quit. Don't take no for an answer when you know the TRUTH is on your side. My Poor Mom's tenacity became disadvantageous to her, I turned it into my strength. That's why I can boldly tell you, gamitin mo ang katigasan ng ulo mo sa paraang magbabago ang ikot ng iyong mundo, for the better. Kung nagawa ko, magagawa mo rin!

Rule breaker. Hindi pa ba obvious? Yan ang Poor Mom ko. Kaya nga siya nakulong, eh. Kung mapapansin nyo, bakit hindi siya nakulong agad-agad? Marami muna siyang nabudol bago siya makahanap ng katapat. Aba'y magaling si Poor Mom mag-work around ng batas. Meron siyang makikilalang bumbay, kakaibiganin niya ito at saka papangakuan ng tulong para lumago ang negosyo. Magugulat na lang kami, bibigyan ng bumbay si Poor Mom ng pera para magbukas ng checking account. Pag successful ang transaction sa bangko, mag-i-issue ang Poor Mom ko ng tseke sa bumbay – yung pinahiram niya sa Poor Mom ko na pera plus tubo dahil post-dated ang tseke. Kumita pa ang bumbay, kapalit naman ng maraming blank checks na magagamit ni Poor Mom.

Bakit kailangan ni Poor Mom ng blank checks? Tatakbo naman ito sa isang kakilala pa. Magpapa-rediscount ng tseke dito para ibayad sa bumbay na inutangan para makapag-bukas ng bank account. Saka naman hahango ang Poor Mom ko ng mga produkto na ilalako niya para mahabol ang tatalbog na tseke na pina-rediscounting niya noon pa. Laway lang ang puhunan ng Poor Mom ko dito, ha. Ganun katinik si Poor Mom sa pagpapa-ikot ng batas.

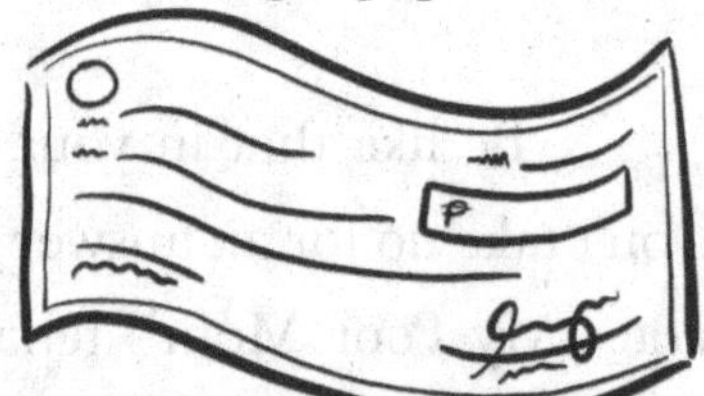

Wala siyang nilalabag pero alam mong may monkey business na nagaganap. Biruin mong makabukas ka ng bank account na ni singko eh wala kang nilabas na sarili mong cash. Astig, noh?

Ganyan din ang ginawa ko, kaya muntik na akong makulong. Nung nakaahon ako sa utang, naiwan sa akin yung ganung style ng pagwo-work around pero sa legal na paraan.

DITO KO NABUO ANG MANTRA NA KAPAG BATAS NI GOD, HINDI KO DAPAT SUWAYIN. BUT WHEN I CANNOT SEE ANY WISDOM BEHIND A RULE WRITTEN BY MEN, I WILL BREAK ALL BARRIERS TO GET WHAT I WANT.

I remember that we got a scholarship grant for our selected students. Kaso nung graduating na yung isa eh nabuntis at gusto nang huminto ng pag-aaral. Nanghinayang ako sa mawawalang scholarship nung bata. Anong ginawa ko? Pinag-aral ko ang buntis kahit nasa bahay siya. Mind you, hindi pa uso ang remote classes noon. Wala pang pandemic na nangyayari. Ayun, nakatapos ang bata sa tulong ng mga teachers na pinagawa ko ng ibang rubrics para sa requirements at grades, specific sa pangangailangan ng estudyante. Nag-work around kami sa attendance ng bata para hindi siya required na physically ay bumiyahe sa school para mag-klase, at ginawa namin siyang output-based compliance. Akalain ko bang preparation din pala ito ng Diyos sa amin, dahil nung nag-online classes na due to pandemic, eh sanay na kami sa remote learning.

May mga batas kasing minsan hindi mo makita ang wisdom. Pwedeng maraming unforeseen circumstances na hindi sakop ng batas o kaya naman eh obsolete na ang rules at merong mga sitwasyong hindi na applicable dito. Sa ganitong pagkakataon, nilulusutan ko ang batas ng tao.

Bigyan ko pa kayo ng isang contemporary and famous example. Kilala nyo naman si Taylor Swift, di ba? Noong nag-uumpisa siya bilang singer, meron syang mga ginawang kanta na na-release under famous labels. Mga sikat na producers ng album ang unang naglabas ng hit songs ni Taylor Swift. Ibig sabihin nito, hindi pag-aari ni Taylor Swift ang masters ng kanta niya kahit siya pa ang composer. Meron lang siyang royalty fees mula rito.

Eventually, binili ang masters niya ng kumpanya na kaaway ni Taylor Swift. Ibig sabihin, everytime Taylor Swift sings her songs from such masters, kikita ang kaaway niya. Hmmm... what did Taylor Swift do? She f*cked up the system (sorry for my French 😂). She re-recorded her songs and changed some of the lyrics and tunes. With this, she got her songs back and finally owned her masters. For as long as hindi kakantahin ni Taylor Swift ang version na luma, her enemy will never earn from her. Astig, noh?

When you don't take no for an answer, hindi ibig sabihin nito ay ipipilit mo ang gusto mo by hook or by crook. Minsan, kailangan mong makuha ang yes sa pamamagitan ng pag-ikot sa batas. You can be a rule breaker for as long as you aspire to be a waymaker. Kung hindi ka pwede sa available na daan patungo sa pagresolba mo ng mga problema, gumawa ka ng bagong daan patungo sa hinahanap na ligaya.

HIRAP

Rapido Bandido

Hindi na kilala ng marami si Ramon Rapido. Pelikula ito ni FPJ na idol na idol ko. Sa kwento eh sobrang bilis niyang kumasa ng baril, thus the alyas rapido or rapid. Si Poor Mom ko naman ay isang rapido bandido (charot!). Sa bilis niyang kumilos sa buhay mo, magugulat ka na lang napautang mo na sya ng kahuli-hulihan mong sentimo.

Bukod sa hindi mo pwedeng basta tanggihan ang gusto ni Poor Mom, kapag may naisipan syang gawin, 'now na!' ang demand niya. Yun naman ang style ni Poor Mom, hindi makapaghintay bukas kaya pilit tatapusin ang trabaho hanggang wakas. Ang palpak lang eh barubal ang finished product. Marami siyang accomplishments sa isang araw at sa liksing lumakad ng duwende niyang binti, bumababa ka pa lang sa jeep eh nasa loob na siya ng mall😂.

"Asan ang duwende?" Madalas na biro ng kuya ko kapag nasa matino itong pag-iisip at hinahanap ang Poor Mom ko. "Nakita ko lang pumasok sa banyo para maligo, aba'y parang kidlat na tapos agad. Naghugas ba yan nang mabuti? Kaya pala mapanghi pa ay dahil may naiwang sabon-sabon sa loob ng tainga." 😂 Ang layo ng connect, noh? Pero gets nyo yung punto?

Kapag mahina-hina ka sa harapan ng Poor Mom ko, at ginamitan ka ng rapido, matataranta ka kaya lahat ng gusto niya ay ibibigay mo.

AGAIN, I HAVE THIS FEELING NA KAGAYA KO, NAGKAROON NG DISSOCIATIVE COPING MECHANISM SI POOR MOM. KAPAG MAY PAINFUL SIYANG HINAHARAP, TUMATAKAS ANG DIWA NYA PARA MAKAPAG-MOVE ON SA SUSUNOD NA MANGYAYARI.

Ito ang dahilan kung bakit hindi niya ma-savor ang moments – bara-bara sa mga gawaing mundane gaya ng paghuhugas ng pinggan o paliligo. Kaya hindi rin kami malinis o organized sa bahay. Yung mga ganitong trabaho ay hindi kinakaya ng utak ni Poor Mom.

Yet, gustong-gusto ito ng mga clients ni Poor Mom. Kapag may order sila, kahit imposibleng madeliver sa oras na gusto, kayang gawan ng paraan ni Poor Mom basta ang transaksyon ay mahusto. Kapag may problema, mabilis din mag-isip ng solusyon si Poor Mom, palpak nga lang minsan pero at least hindi sya madwell. Wala siyang analysis paralysis, unless ma-corner mo siya. Kaso sa huli ang sasabihin lang niya ay, "Hindi ko alam yan, wala akong kasalanan." End of discussion. Kaya frustrated na frustrated sa kanya ang creditors. Ikaw ba naman ang sagutin sa tanong na, kailan nyo ho babayaran? "Hindi ko alam. Wala pa akong pera eh. Hindi ko kasalanang wala akong pera." That's it, manigas ka sa paniningil, wala kang mapipiga. Grabe, noh? Tapos nito eh move on si Poor Mom sa iyo. 'Hu u?' Ka na sa kanya.

I got the same quick thinking, impulsive behavior, and barabarang decision making. Recently lang eh nakita ko ang aking credit card bill. Na-shock ako kasi over na sa due date, eh ayaw ko pa naman na nape-penalize lalo at buo ako magbayad sa credit card para lagi itong zero balance. Dali-dali kong binayaran, tapos nung ni-check ko yung previous bank transactions ko, nabayaran ko na pala in advance. Syempre ang effort pa na ipa-reverse yung transaction. Natulog ang fund ko sa banko, hainaku! Dahil sa liksi at bilis ko yang kumilos na walang pause.

However, nagagamit ko rin naman ang ugaling ito sa kabutihan. May mga taong kapag naglapag ako ng idea eh na-o-overwhelm sila, pero kapag nagbigay na ako ng utos sa kanila, dun nila unti-unting makikita na ang vision ko ay nagkaka-porma. Nung pandemic naman, naisipan kong manahi ng mga bed sheets. Graduate ng fashion design at dressmaking ang anak kong si @ kaliwetemaarte. "How can we do that mommy eh wala akong high speed na makina? Tapos san tayo kukuha ng tela, paano natin ibebenta?" Medyo, opposite ko ang daughter ko, ang daming tanong bago kumilos. In less than a week, we purchased everything. Nalula ang anak ko. "How can you spend like that, mom? Pandemic pa naman?" Nataranta ang bruha. "Hindi siya expense, investment siya. Kaya ano pang hinihintay mo, trabaho ka na!" Gumawa kami ng page niya at agad kong minarket ang aming mga produkto. Sa mga mababagal kumilos, hindi talaga nila ganun kadaling maintidihan ang takbo ng utak ng mga kagaya namin ni Poor Mom.

QUICK IMPLEMENTATION

Yet, naging complementary kami ni Rich Ma'am dahil dito. Kapag na-exhaust ko ang mga tanong ni Rich Ma'am tungkol sa proposal or ideas na nilalapag ko, at nasagot ko, aaprubahan niya ito. Doon ako kikilos ng mabilis hanggang ma-accomplish ang proposal. When we were planning for expansion, milyones ang gagastusin. Bilang owner ng school, kailangang i-assess ni Rich Ma'am ang risk ng new investments. She asked me to prepare a feasibility study. I prepared everything. Ang trabaho naman ni Rich

Ma'am ay hanapan ng loop holes ang proposal ko. This is something I appreciate, kasi mabilis akong magtrabaho at aminadong minsan eh bara-bara, pero kapag binigyan mo ako ng challenging counterpoint sa aking proposal, I will take a look at all the nooks and crannies, hanggang maging accceptable sa iyo ang aking reports. Kaya naman kada summer eh abala kami sa pagpapatayo ng buildings for the expansion of the school. After planning everything before the end of the academic year, sunod na yung mobilization ng lahat ng logistics. Several years later, ang dami na naming buildings.

Kaya ang advise ko sa mga taong madaling ma-analysis paralysis, get those monkeys (worries) off your shoulders at agad mong ipasa sa iba. Kasi kapag nag-pile up sila, ikaw din ang lulubog sa bigat ng iyong karga.

@workingnanay is also my partner sa #brainhealthPilipinas advocacy. At the same time, she's my right hand in handling the school. Madalas, makikita kong ang dami niyang folders sa kanyang inbox. Gusto nya kasi laging nakapila – first come, first served. Sabi ko sa kanya, "Scan through all the folders regardless kung sino ang naunang pumasok, then remove the easiest monkey to pass on para hindi maraming nakasakay sa balikat mo." True enough meron siyang proposal for P279.00 expense. "Approve mo na yan, hindi naman natin ikalulugi o ikahihirap ang bilhin ang gusto nila," sabi ko. Gusto pa ata ni @workingnanay eh mag-panel defense ang mga proponents nito (haynaku!).

All I'm saying is, assess the risk but refuse to be paralyzed by your decision-making process. Pwede ka pa ring maging Ramon Rapido basta iwasan mong maging bandido. You can work around the rules without breaking them. Ayan ha, gamitin mo ang mga kaalamang ito para problema sa pera ay ma-solve mo.

RISK
REWARD

HIRAP

Apog na makapal

Saan galing yung idiomatic expression na makapal ang apog o walang kahihiyan? Ang apog ay ginagamit para balansehen ang PH balance ng lupa[4]. Kapag maganda ang PH balance eh makapagtatanim ang mga magsasaka at magkakaroon ng magandang ani. Kapag mas makapal ang apog sa lupa, hindi na magiging maganda ang saka. Dahil dito hindi makabayad ang mga magsasaka sa utang nila gamit ang dahilang, 'makapal ang apog, wala akong ani.' Kaya naging tawag na ito sa mga taong wala ng kahihiyan, ang daming dahilan, at ang kapal ng mukha. Analysis ko lang ito ha 😂, research nyo rin kung tama.

Ganito kasi ang Poor Mom ko, soooobrang kapal ng apog – walang takot, walang hiya, kaya naman ang tigas ng mukha kapag sinisingil ng utang. May pagka-psychopath nga, in a not so criminal sense of the word (kung meron man nito). 😂

I remember a story about my itay visiting his family. Fiesta noon kaya dadalaw si itay ko sa nanay at mga kapatid nya. Sa Bulacan, isang barangay ang mga Pagdanganan. Hindi dito nakatira ang asawa at mga anak ni itay, buti naman. Nagpaalam si itay kay Poor Mom na uuwi muna ng probinsya. Naku sinunog ni Poor Mom ang lahat na barong tagalog ni itay. "Sasama ako o wag ka nang pumunta!"

Sobrang toxic ni Poor Mom na karelasyon, noh? Ayun, ang itay kong lampa, walang nagawa. Sa kwento eh kasama daw akong pumunta sa piyesta, hindi ko maalala. Nahawi daw ang lahat ng tao sa pagdating namin ni Poor Mom. Malaking iskandalo nga naman na isama sa kasiyahan ang kabit. Syempre yung mga kamag-anak ni itay na kilala ang tunay nitong asawa eh sobrang uncomfortable. Pero ang Poor Mom ko, hala, nakipag-beso-beso pa na akala mo eh siya ang legit na asawa. Di ba nga napunta pa si Poor Mom sa bahay nung legal wife ni itay para ihabilin kami at ang kuya ko. Pambihira, di ba? Ipagluluto pa ni legal wife ang kuya ko, considering na anak ito sa ibang lalaki ng kabit na umagaw sa kanyang husband. Sakit sa bangs ng sitwasyon niya, di ba? All because of my Poor Mom's shamelessness, haist!

Itong kapal ng apog ni Poor Mom ang dahilan kung bakit sobra niyang tapang pumasok at sumuot sa kung ano-anong negosyo - ilegal man o hindi. Naalala ko, gumawa pa kami ng mga paputok noon kahit bawal. Itong ganitong ugali ay dahil wala talagang concern ang Poor Mom ko sa mga taong masasaktan o mapapahamak sa proseso ng kawalangyaan niya.

In a sense, I have the same tapang na dahilan ng aking pagiging impulsive decision-maker. Gaya ng Poor Mom ko, wala rin akong masyadong pake sa sasabihin ng ibang tao. Since hindi nga ako marunong bumuo ng relasyon sa kapitbahay, kaklase, katrabaho, etc, hindi ako takot mawala o magalit sila. Kaya naging matapang akong mangutang, kasi kahit magalit sila sa akin kapag hindi ko mabayaran, keri lang. Dahil dito, hindi ako madaling ma-anxious or mag-panic attack. Depression at anger issues ang meron ako. Magaling akong mag-dissociate from pain to numb myself. With this, mabilis akong kumilos at madesisyong gawin ang isang bagay kahit nakakatakot. If you read my #baliw series book, mas detalyado kong ipinaliwanag ang tungkol sa aking utak-topak.

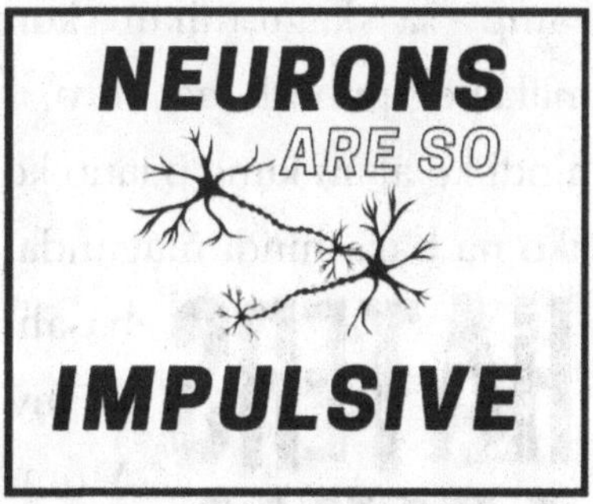

Again, this makapal na apog trait can be a good thing or a bad thing depende sa application mo sa buhay. Minsan, kung hindi mo kakapalan ang mukha mong magsabi, wala kang makukuha.

SABI NGA, 'IF YOU DON'T ASK, THE ANSWER IS ALWAYS NO.'

Nung nagbagong buhay ako, bitbit ko pa rin yung kapal ng apog at walang takot sa sasabihin ng ibang tao. May sakit ba?

Nasasaktan ba ako kapag nakarinig ng negatibo? Oo naman! Pero hindi magiging dahilan yun para mawalan ako ng tapang. Sabi nga eh, "You want to do something but you're scared? DO IT SCARED!" kasi courage is just a fear that already said its prayer.

IF YOU CANT BEAT FEAR

DO IT SCARED

Like in publishing my books. Dati umaattend ako ng mga writing workshops. Muntik ko pa ngang patulan yung P50 thousand writing camp sa kagustuhan kong makapag-publish ng libro. Ang dami ko nang manuscript kaso hindi ko alam kung paano ko sya mapapa-print. May insecurity rin ako na baka hindi maganda ang kwento o librong ilalabas ko para basahin ng publiko. Lahat ng ito ay monkey on my shoulders. Pero dahil anak ako ni Poor Mom, may dugong rapido bandido at hindi tumatanggap ng pagkatalo, ayun naisipan kong magpaprint ng sarili kong libro. Hindi ako pinapansin ng mga publishing houses, I broke the rules, worked around it, and became a waymaker in publishing.

HATERS GONNA HATE

Syempre hindi maiiwasang magkaroon ako ng bashers commenting on my grammatical errors, issues with organizations, and the likes. Kaso nung nalaman kong komento sila madalas ng mga frustrated authors but prolific writers hindi na ako na-bother. Kaya hindi sila makatapos magsulat ng libro eh dahil edit sila ng edit ng manuscript, sorry na lang sila. Mabilis akong kumilos, hindi perfect pero alam kong may laman ang kwento at libro ko. Tapangan lang talaga at kapal ng apog para malunok mo ang pamimintas ng ibang tao.

Narealize ko rin na mas appreciative at supportive ang mga totoong published authors sa kapwa nila authors. Dahil alam nilang hindi biro ang makatapos ng manuscript at mai-publish ito all the way. **It takes guts to be a published author.** Madalas ang namimintas sa akin eh ni hindi nga makasulat ng paragraph, kaya who cares sa sasabihin nila, di ba? Again, kung wala kang tapang at kapal ng apog, minsan hindi mo makukuha ang nararapat sayo dahil naunahan ka ng kaduwagan.

Kaya nagpapasalamat ako sa kapal ng apog ni Poor Mom na ipinamana sa akin. Ang ginawa ko lang, binasag ko ang makapal at matigas na apog. Ikinalat ko sa lupa para tumaba at bumalanse ang PH balance, isinama ko si God sa pagsasaka ng aking talento, sa huli nabuo ko ang librong ito.

Ayan ha, kapalan mo ang mukha mo dahil kung duduwag-duwag ka, mahihirapan kang umahon sa problema mo sa pera.

HIRAP

Panalangin at Pananampalataya

Hindi perpekto si Poor Mom, obvious ba? Pero sila ng itay ko ang nagbitbit sa amin para magkaroon ng malalim na paniniwala sa Diyos. Bunga ang mga magulang ko ng malawakang Christian Miracle Crusades noong 80s. Pinamumunuan pa ng mga Amerikano ang mga protestant churches na kilala sa tawag na Born Again Christians o *buwang again* sa iba. 😂 Kaloka nga naman noong early 80s, may mga Campus Crusades, etc. Kasagsagan ito ng Martial Law at yung Jesus Revolution sa Amerika noong 60s-70s.

From pagiging Roman Catholic, nabuksan ang isip ko sa pagbabasa ng Bibliya at mahabang church services. Lumaki rin ako sa Sunday school na sa totoo lang, masarap na pagkain ang aking habol. Yun lang, my parents failed in applying faith in their lives. Obvious naman, di ba? Yet, the image of my Poor Mom praying and crying in the dark every night (lalo kapag tatakas na naman kami sa mga pinagkakautangan niya) stayed with me. Sa mga magulang ko natutunan ang magbasa ng libro – kahit anong libro. Naririnig ko silang nag-uusap tungkol sa librong binasa nila, at gusto kong sumali sa kwentuhan. Ang gagawin ko ay babasahin ko ang mga libro nila kahit hindi ko maintindihan.

Nang makulong si Poor Mom, si God ang kausap ko. Noon ako nasanay maglakad na nagsasalita mag-isa dahil kausap ko si God. Hindi ko pa rin alam, wala akong malalim na doktrina, pero ramdam kong may kausap ako at hindi nag-iisa. Utang ko yung ganung paniniwala mga magulang ko.

MY PARENTS WERE BROKEN PEOPLE, YET STILL, NAKAPAGTANIM SILA SA AKIN NG BUTONG KASING LIIT NG MUSTASA NA LUMAGO SA TAKDANG PANAHONG KAILANGAN KO NA.

Nagsisimba pa rin ako kahit walang pamasahe, nung mga panahong nasa kulungan ang Poor Mom ko. Nung nasukol ako at natalo ng makamundong pagnanasa (I fell for a married man), nag-backslide ako. Pero gaya ng nawalang tupa, pilit akong hinanap ni God. Kasi naman pala kasama ako sa mga plano Niya.

Gaya ko, hahanapin ka rin Nya, bilang nawawalang tupa eh hindi ka Nya susukuan. May nagtanim na sa iyo ng buto ng pananampalataya, kailangan lang nitong tumubo sa matabang lupa. In my case, kahit hindi perpekto ang mga magulang ko, utang ko pa rin sa kanila na nakilala ko si Kristo.

Binayaran na ni Hesus ang mga kasalanan mo – utang na tinubos ng dugo ni Kristo. Buhay Niya ang kapalit ng iyong kaligtasan, tapos problema lang sa pera ay hindi ka matutulungan? Kailangan mo lang ng malalim na pananampalataya, kaibigan. Kaya bekenemen, oras na para pagsuko ay iyong subukan.

Ulitin ko lang ang mga life lessons na nakuha ko mula kay Poor Mom. Mahirap siya, pero mayaman ang aral na iniwan nya sa aking puso at kaluluwa.

Subukan mong maging **persistent**. Wag kang susuko agad sa pansamantalang failures at losses sa buhay. Natalo at bumagsak ka minsan, pero bangon ka ulit at patuloy na lumaban. **Work**

around your way to be a waymaker. Sarado na ba ang daan patungo sa tagumpay na hinahangad? Gumawa ka ng panibagong daraanan at doon ka mag-isang maglakad. Wag kang papayag ma-stuck up sa iisang desisyon at daan tungo sa tagumpay, babagal ka at tuluyang hihinto hanggang sa hindi ka na makapaglakbay. Sunggab sa mabilisang opportunity ng buhay, **minsan kailangan mong maging maliksi, lalo kung ang buhay ay maiksi.** Syempre, **tapang at kapal ng apog a**y hindi palaging masamang traits. Ang ibang malalakas ang loob ay nagiging saints. Kaya hindi ka dapat maduwag lalo kung meron kang **pananampalataya sa Diyos**. Samahan mo pa ng panalangin para guidance Nya ay malubos.

Oh, di ba? Kung si Rich Ma'am ay may-ari ng isang sikat na school, si Poor Mom din naman ay pinag-aral ako sa school of hard knocks. Sa tindi ng trauma ko sa pagiging anak niya, napagtagumpayan ko pa rin ang lahat ng pagdurusa.

SCHOOL OF HARD KNOCKS

LESSONS FROM RICH MOM

Yukod sa serbisyo

Akmang ipon, puhunan, at budget

Mabusisi at perpekto

Angking potensyal

Namimigay ng biyaya

Ano naman ang mga life lessons na natutunan ko mula kay Rich Ma'am? Gamitin naman natin ang salitang YAMAN para kapag inapply mo sarili mo ay hindi ka maging gahaman.

YAMAN

Yukod sa serbisyo

"Magtatrabaho ka muna sa bakery ng tatlong araw, kulang ng tindera ang mga Marasigan," sabi ng Poor Mom ko sa akin. Maraming naging kaibigan si Poor Mom na may-ari ng mga bakery dahil nasa printing business siya. Sya ang nagpapa-print ng mga plastic, kalendaryo, at iba pang merch ng bakery. Malakas ang kita kapag Christmas season dahil sa mga giveaways, pero all year round ay present si Poor Mom sa buhay ng mga negosyanteng ito para tuluy-tuloy ang ikot ng mundo.

Kung hindi siya alalay eh runner siya para maglakad ng mga papeles sa City Hall at kung saan-saan. Minsan pa nga eh naghuhugas ng pwet si Poor Mom ng mga apo, or katulong sa kusina kapag may party ang mga negosyante. Si Poor Mom yung tipong pamilya feelingera. Ganito kasi siya lumaki eh, papasok sa buhay ng ibang pamilya at magiging malapit para kunwari ay kaisa siya.

Kapag na-wi-witness ko ito, dahil nakakaladkad din ako para maglingkod sa kung kani-kanino, naiipokritahan ako sa Poor Mom ko. Kasi sa bahay namin pa-reyna siya. "Oi, darating na ang nanay nyo, pagtimpla nyo ng kape at paghain nyo man lang," utos ni itay. Tapos sa bahay ng mga yayamanin eh siya ang serbidora. Yun pala, nagpapabango si Poor Mom ng reputasyon dahil magpapa-rediscount ng tseke, merong ibebenta, o kung anumang pabor ang hihingin nito sa mga kaibigang negosyante. Yukod sa serbisyo si Poor Mom na halos wala nang pride na matira sa kanya para lang makautang ng pera.

My Rich Ma'am was different. She stood taller at 5'6, balingkinitan ang katawan, at may air of dignity ito dahil nga executive sa banko. Yet, sumakay kami sa tricycle, LRT, at jeepney nung inaayos namin ang mga laboratory equipment for our Hotel and Restaurant Management program. Kasama ko siyang namili ng mga gamit sa Quiapo. Sa tagal na hindi nagko-commute, hindi na alam ni Rich Ma'am kung magkano ang pamasahe sa LRT.

Dahil hindi laki sa yaman si Rich Ma'am, hindi sya madirihin o matapobre. Parang si Jesus Christ na hinugasan ang paa ng mga disciples (John 13:1-17) niya, ganun ang leadership ni Rich Ma'am – servant leadership. I remember, nasabon nya ako nang husto dahil may event sa school na kailangan naming mag-suspend ng klase. Ako naman, nagpalabas ng announcement na, "Classes are suspended tomorrow." Nung nakita ni Rich Ma'am sa bulletin board ang post, agad na ipinatawag ako. "Amy, kung ikaw ang student at nakita mo itong announcement na ito, anong maiisip mo?" Sa kitid ng utak ko, inisip kong matutuwa sila kasi walang pasok. Ang view ni Rich Ma'am, "Parang ninanakawan natin sila ng isang araw na serbisyo. Bigla silang walang pasok na hindi man lang binigyan ng paliwanag. Kung magtanong ang mga magulang, anong sasabihin nilang dahilan bakit walang pasok eh bayad sila ng tuition fee?" malumanay pero alam kong inis si Rich Ma'am. Ganun siya. Kung sa banko nya nakuha yun dahil nga private sector, naipasa nya sa akin ang ganung principle. Put your clients above all others – serve them well.

Akala ko noon, serving is your way of manipulating people as per my Poor Mom. Sa kaso ni Rich Ma'am, serving is investing in people. May return of investments (ROI) siya pero icing na lang yun sa cake dahil mararamdaman naman ng mga clients kung pinaglololoko lang sila. Yung sincerity ni Rich Ma'am ang hindi maikakaila kahit pa sabihin mong business decision pa rin ang magprovide ng mabuting service sa clients. Isa ito sa principles na hanggang ngayon ay nakatatak sa puso at isip ko, mula kay Rich Ma'am.

"Ang mahal naman ng book mo, gumawa ka na lang ng mga videos sa youtube kung gusto mong tumulong sa iba," komento ng isang nakakita ng ads ko. May punto naman siya. Kaso mahal ang papel, marketing ads, at iba pang incidental fees para makapag-publish at launch ng libro, kaya naman ganun ang presyo nito. Pwede namang hindi bumili dahil may iba pa akong serbisyo. Sabi ko nga eh, "Hindi lang libro ang binili nyo, kasama pati libreng serbisyo ko." This is the reason why I talk to my readers online at bukas ang aking tainga na makinig sa mga hinaing nila kahit minsan dis-oras na. Hindi sa naghahangad ako ng rebulto (awards or recognition), kundi kapag sobra ang pagmamahal na nakukuha mo sa Diyos, hindi ka pwedeng hindi mag-umapaw at ibigay sa kapwa mo ang spillover ng unconditional love ni God.

Try nyong i-apply ang servant leadership sa inyong buhay. Hindi yung lagi kang pakabig at mabilang sa oras ng trabaho pati presyo. Maglingkod ka sa kapwa nang taos puso dahil ang kapalit na biyaya ay hindi mangagaling sa kanila (boss mo or kumpanya nyo), kundi sa Diyos na sa atin ay nag-o-obserba.

YAMAN

Akmang ipon, puhunan, at budget

I grew up with Poor Mom who practiced a 'one-day millionaire' lifestyle. Kapag nagkaroon ng malaking commision ang aking poor mom from from selling insurance or printing projects, ramdam mong may pera dahil ma-splurge siya. Kaya laging sinasabi ng itay ko, "Ubos-ubos biyaya, bukas ay kawawa." Ang kwento ng itay ko, importanteng symbolism ang pagkain para sa henerasyong (Boomers) nakaranas at naka-survive sa World War II. Dahil taggutom noon, ang kawalan ng pagkain ay nakaka-trigger ng memorya ng giyera. Kaya pansinin nyo ang mga matatanda sa una, maimbak ng pagkain. Status symbol nila ang food bilang yayamaning pamilya. Frustrated psychologist din ang itay ko kaya kung ano-anong theory ang naiisip nito tungkol sa Poor Mom ko. Kaya naman mahilig ngang umiyak si Poor Mom kapag wala kaming pagkain o mga supply na de latang naka-display sa cabinet._

Tapos kapag may pera, hala, sige ang grocery ng pagkain na madalas eh nabubulok o ilang araw lang ay ubos agad lahat. Kapag ganito, tatakbo na naman siya at mag-aaligaga kung kanino mangungutang para hindi kami magutom. A noble task for a mother, kaya lang executed in a wrong way.

My Rich Ma'am, on the other hand, is into budgeting. Bagay na natutunan niya sa mommy nya, napag-aralan nya sa UP bilang accounting student, at naging propesyon niya sa banko. Natuto ako sa kanyang magkaroon ng tinatawag na 'gift of foresight'. Kapag magbubukas ang bagong school year, meron kaming tinatawag na annual planning. Doon eh magbibigay ako ng projection for enrollment, revenues, expenses, and potential net income. Wala akong kaalam-alam sa mga ganung bagay, matyaga lang talaga si Rich Ma'am magturo sa akin.

Kapag na-approve ang aming budget, ito ang magiging lighthouse or guide namin in making decisions kung may bibilhing fixed assets, may ia-approve na activities, or magtataas ng sweldo. Kapag lumagpas ka sa budget, magpapaliwanag ka sa board. Kung may savings ka naman, magpapaliwanag pa rin. Astig, noh? I developed a corporate mindset because of my Rich Ma'am. From utak-empleyado, nagkaroon ako ng utak-negosyante. Bagay na hindi lahat ng Pinoy ay naturuang magkaroon.

Aside from this, Rich Ma'am is very prudent sa paggastos, pero sobrang generous ng mindset sa investments. Lagi niyang sinasabi na ang mga ginagastos namin sa mga students ay investments, hindi expense. Kasi sabi nya, babalik ang grasya sa amin ten-fold.

Likewise, sa kanya ko rin natutunan na mag-tabi ng extra sa income para sa retirement ng employees bukod pa sa insurance na kinuha namin. "Baka short yun, mabuti na yung may extra na nakatago," sabi ni Rich Ma'am. Sa accounting, accrual ang tawag dito. Hindi mo pa man gagastusin, may nakasubi ka nang extra in case kailanganin. Sa umpisa nakakadugo ng utak, pero kapag nasanay ka sa tamang paraan ng pagpapatakbo ng negosyo, pati sa personal mong buhay ay ma-aaply mo ito.

Mamaya ay pag-uusapan pa natin ang tungkol dito para mabayaran mo ang utang mo, masustain mo ang finances mo, at baka maging magaling ka pa sa negosyo. Bagay na hindi nagawa ng aking one-day-millionaire Poor Mom.

YAMAN

Mabusisi at perpekto

PERFECT

Wala namang perpektong tao, pero si Rich Ma'am ay perfectionist. Ibig sabihin, sa lahat ng ginagawa niya, aspiration niyang magkaroon ng flawless accomplishments. Hindi dahil meron siyang gustong patunayan o pagmalakihan, kundi dahil na-imprint na ang ganitong trait sa kanyang personalidad.

Di ba nga si Poor Mom ay mabilis magtrabaho pero bara-bara?

RICH MA'AM ALWAYS TAKES HER TIME TO PONDER AND INVESTIGATE THINGS BEFORE MAKING A DECISION.

Kay Rich Ma'am ko natutunan ang maging curious sa mga bagay-bagay para makakuha ako ng useful details bago ako magdesisyon.

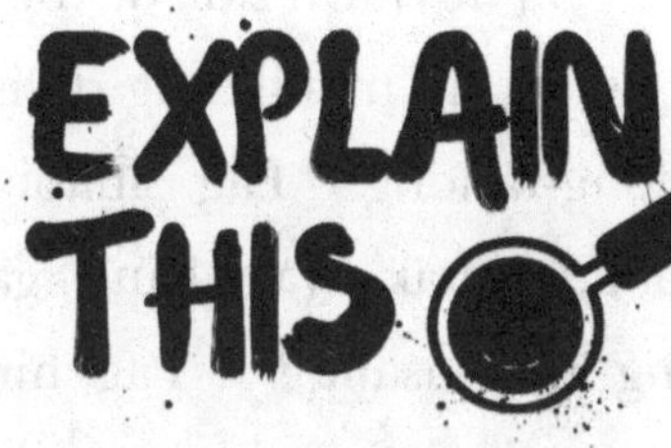

"Curious lang ako, Amy, saan kinuha ni finance yung figure na una niyang ipinasa kanina tapos mali naman pala?" Yung mga ganitong banat eh kakabahan na ako, kasi ibig sabihin may laman ang observation na ito ni Rich Ma'am. Either nag-force balancing kami or kinuha lang sa hangin ng Finance Head ko ang figures na ipinasa niya sa akin. Natuto akong maging alerto sa ganitong pasakalye ni Rich Ma'am.

Si Rich Ma'am yung tipo ng taong kapag nag-propose ka na bibili ng suka sa tindahan (an exaggerated example), ibabalik nya sa iyo ang proposal with a bunch of questions. Saan bibilhin? Naghanap ka ba ng iba't-ibang suppliers? Did you compare prices? Anong specs. ng suka na yan? (Charot!). Sino ang gagamit? Magkano ang budget against the actual price? May iba bang alternatives? Anong purpose ng proposal na yan against our vision and mission statements? Ganern maging boss ang Rich Ma'am ko. Kaloka, di ba? Talaga namang sa pagod mong sagutin ang mga tanong niya, gusto mo na lang sabihing, 'wag na lang po tayong bumili ng suka, ma'am'. Yet, kapag nakita mo yung wisdom sa mga taong

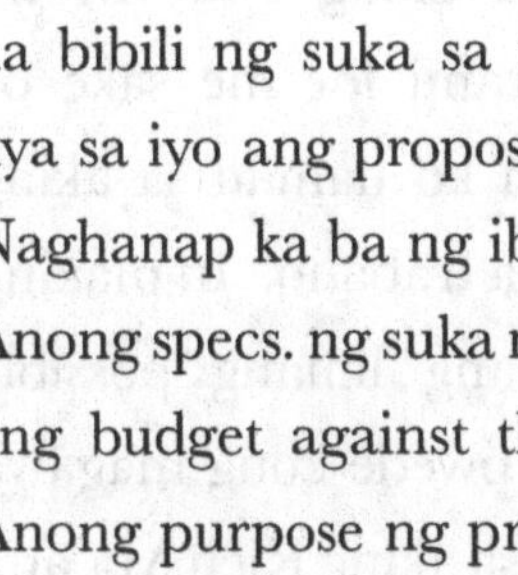

nya, dun mo ma-pre-preempt yung mga posibleng kapalpakang mangyayari. Bagay na love na love ko as part of my training dahil nabasag nito ang bara-barang pagdedesisyon ko. Although may pitik pa rin ng topak na namana ko kay Poor Mom, at least mas naging aware ako sa sarili kong weakness.

The down side of this trait is analysis paralysis. Kapag need na talaga ng mabilisang desisyon, hindi na pwede yung maraming tanong-tanong. Pag sinabi mo sa anak mong, "Anak wag kang gagalaw! Wag kang magsasalita!" Pag hindi sumunod ang anak mo at biglang nagtanong pa, "Bakit, papa?" Ayun nasunggaban na yung bata ng leon sa likuran niya. Kaya minsan yung, "obey before you complain" ay effective din.

Please just

DO AS YOU'RE TOLD.

Dahil mabilis ako na namana ko sa aking Poor Mom, at marunong din akong magtanong ng marami for the sake of investigation and due diligence na natutunan ko naman sa aking Rich Ma'am, para akong naging chess player sa trabaho. In making one big decision, kailangan kong makita ang limang possible implications. Alam ko kung ilang moves ang pwede kong magawa bago ako ma-checkmate. Lahat ng ito ay dahil sa aking Rich Ma'am. Hindi siya perpekto, pero dahil mabusisi siya sa trabaho (attention to details), napalawak niya ang kanyang negosyo at naturuan pa ako ng tamang prinsipyo sa pagtatrabaho.

Kaya ikaw, balansehin mo ang pagiging mabusisi ngunit mabilis magtrabaho. Hindi mo kailangang maging sobrang perpekto. Ang importante eh magamit mo ang ganitong character traits, para problema sa pera eh malutas mo.

YAMAN

Angking potensyal

"Amy, kumain ka na daw ba? Nag-aaya si Sir, (jail guard) kain daw kayo," sabi ni Poor Mom pag dalaw ko sa kulungan galing sa school. Nakakapag-aral pa ako noon kasi may scholarship ako sa PESFA (CHED) at madalas akong mag-promissory note. Ang baon ko ay kinukuha ni Poor Mom sa maliit nyang sari-sari store sa loob ng selda. Syempre dahil nakikisama, *lalo at maluwag sa amin ang mga jail guards, pwede kaming dumalaw nang wala sa oras at nakatutulog pa kaming magkapatid sa loob ng kulungan* – napipilitan akong sumama sa mga ganung ayaan.

Growing up, hindi ako favorite ni Poor Mom. Mas gusto nya ang kuya kong pasaway at mas naalagaan niya ang bunso namin. Nung nakulong siya, I was the only one left, kaya wala syang choice. 😂 She became overly affectionate sa akin lalo nung madalas na akong mapansin ng mga preso at jail guards, pati ng mga dalaw.

"Anak nyo, Mayora?" Oh ha, mayora ang Poor Mom ko sa kulungan, panis ang nanay mo. 😂

"Oo, scholar yan." Syempre ang lakas ng appeal ko bilang teenager na nakasuot ng college uniform. Angat na angat ang itsura ko kumpara sa ibang dalaw.

"Ang ganda-ganda naman. May boyfriend na?" Syempre maganda ako sa mga mata nila eh madalang naman silang makakita ng mga babae. I had to admit though, dahil siguro sa sexual molestation na naranasan ko, naging sobrang aware ako sa pagbabago ng katawan ko. Maliit akong babae na malaki ang balakang at suso tapos eh ang liit ng baywang. Hindi rin naman unpleasant tingnan ang mukha ko. Kapag lasing ka nga, kamukha ko si Claudine Barretto o Rachelle Alejandro (Charot!). Tapos, there was something in the way I carried my body na medyo sensual (daw), puna ng marami.

"Amy, tinatanong ni Sir (yung isa namang jail guard), kung pwede ka daw isama manood ng sine," sabi ni Poor Mom. Dito ako parang binugaw ni Poor Mom, pero hindi naman sexually. Ako naman ang magdedesisyon kung gusto ko sumama o hindi. Tsaka madalas eh chaperone yung naging kaibigan kong jail guard na babae (titibo-tibo pero married na ngayon). Grateful din ako sa kanya kasi in a way eh na protektahan ako ng presence niya.

Eventually, I started to use my sexuality as a weapon. Following my Poor Mom's lead, nakisama ako sa mga manipulation at ninjamoves niya sa mga guards at dalaw. My Poor Mom used me to earn some funds for her sari-sari store. "Sir, walang baon si Amy, pahingi ng P50.00." Yung guard naman eh hugot agad at may kasama pang Jollibee. Kaya memorable sa akin ang chicken joy. 😂 I went with it kasi merong heroes complex ang mga men in uniform lalo't isa nga naman akong lady in distress (charot). Eventually, ayun, sa jail guard na may asawa rin ako naligwak, haist! (This is for another book, another story). Naglaro kami ni Poor Mom ng apoy, nasunog ako. ☹️

Nasanay tuloy ako na kapag may lalaki akong ka-deal, may nararamdaman akong kakaiba sa kanila.

BASTA, KAMING MGA VICTIMS NG SEXUAL MOLESTATIONS, MALAKAS ANG RADAR NAMIN SA FLIRTATION, INIT, AT AURA NG MGA KASALAMUHA NAMING TAO. KAYA NGA RIN NAMING MANG-SPOT NG MGA KAGAYA NAMING BIKTIMA. WE CAN SMELL EACH OTHER'S PAIN AND TRAUMA.

Posible rin namang victims like us are psychologically messed up kaya nagkaroon na kami ng abnormal intuition, ika nga. Kaso, dealing with Rich Ma'am, hindi umubra ang ganda ko (Char!), but she looked at me with so much more. Walang init, sexual tension, or monkey business, she just looked at me with so much expectations of my potential. Sa mga mata ni Rich Ma'am, I could be more. Samantalang sa mga mata ni Poor Mom at iba pa, I could be exploited. Ang sakit, di ba?

THE WAY YOU LOOK AT ME

Ramdam ko yung taas ng worth ko sa paningin ni Rich Ma'am sa bawat push nya sa akin na matuto, at yung gentle reminder nya sa akin kapag pumalpak ako.

Alam mo yung feeling na 'there is something in the way you look at me," ganern. Sa mga mata ni Rich Ma'am at sa paraan nya ako makita, ramdam ko na mas mataas ang value ko, at dahil dito tumaas din ang pagtingin ko sa aking sariling kakayanan.

When she promoted me as school administrator, and eventually school president despite my background, she took the risk. Ang tanda ko lang na sabi niya sa akin, "Nandito ako, hindi kita iiwan every step of the way. Tuturuan kita ng mga dapat mong gawin. Magiging partners tayo to serve the students and our employees. Alam ko ring napaka-Godly mo para gumawa ng masama sa school natin." Sino ba namang hindi hahagulgol sa saya, di ba? Nagkaroon ako ng redemption arc sa mga mata niya. Sa kwento ng buhay ko, hindi na ako victim or villain, isa na akong victorious heroine.

With that, naging ganun din akong tumingin sa potensyal ng mga empleyado namin. Minsan kahit bago ka pa lang na na-hire sa school, oobserbahan ko na kung pwede kang ma-stretch to your limit para ma-train kita. Usually sa umpisa akala mo inaabuso namin ang mga empleyado. Hala lipat sa iba't-ibang department, tapon dito, tapon doon. Noon ko makikita yung empleyadong hindi mareklamo at team player. Akala ng iba pinahihirapan ko sila. Ang hindi nila alam eh sinusubok ko ang kakayahan nilang matutunan ang takbo ng operasyon ng school, dahil ang matirang matibay eh agad naming tinataas ng posisyon.

YOU ARE WORTH IT

Hindi ko itatanggi na maraming umalis sa school namin na may tampo o hindi nagustuhan ang aming pamamalakad, pero sa mga totoong nag-stay noon at naranasan ang aming #angatempleyado program, umalis silang ang daming alam. One former employee said, "Naku nung nalipat ako sa (name ng university), sobrang gaan ng trabaho tapos yung mga kasamahan ko reklamo ng reklamo. Sa dami ng natutunan ko sa school natin, kasama pati ang training mo sa akin, panis ang magtrabaho sa ibang kumpanya." Nakakataba lang ng puso na na-apply ko ang traits na ito ni Rich Ma'am sa pag-tap ng potential ng mga tao sa paligid ko.

That's why I love Rich Ma'am. Ito rin ang dahilan kung bakit mahal na mahal ko ang school na pinagtatrabahuhan ko – legacy ni Rich Ma'am yun, eh. Dugo, pawis, luha, at puso ang puhunan ni Rich Ma'am para sa negosyong minahal niya rin nang sobra. Kaya naman pag nag-aya si Rich Ma'am para kumain, "Amy sa Makati na tayo magboard meeting." Naku, sobrang excited ako, lalo at hindi kami sa Jollibee kakain (Charot!).

THE WAY YOU SEE OTHERS IS A REFLECTION OF THE WAY YOU SEE YOURSELF.

Kapag puro kapalpakan ng iba ang nakikita mo, ibig sabihin ganun din ang pananaw mo sa iyong sariling anino. Kaya yang baba ng kumpyansa mo sa sarili, pakitaasan, please. Hindi ka mabubuhay dito kung wala kang silbi sa mundo.

YAMAN

Namimigay ng biyaya

Finally…

Naranasan mo ba yung nasa isang compound kayo ng iyong pamilya at iba pang extended families, tapos nag-kakawalaan ng mga pinggan at kutsara ang bawat bahay? Makikita mo na lang na nasa bahay ni tita ang t-shirt mo o suot ni pinsan ang salawal na binili mo sa ukay 😂. Tapos dahil pamilya kayo eh, pasensyahan na lang. Hihintayin mo na lang labhan para sungkitin sa sampayan.

I grew up na nagdudugaan ang kamag-anakan ni Poor Mom. Sila yung pamilya na may mga utangan na walang bayaran, kuhaan ng gamit na walang paalam, at kupitan sa negosyong pinag sosyohan. Ganito ang kinagisnan kong relasyon ng aking Poor Mom sa mga kamag-anak niya. Pasensya na po sa mga kamag-anak kong makababasa ng libro, pwedeng mali ang view ko, pero ganito ko po talaga nakita ang pamilya natin noon. Bato-bato sa langit, ang tamaan sana'y wag magalit, dahil magkaka-anghit 😂.

I remember, may utang si Poor Mom sa isa kong tita. Tigas ng mukha nitong hindi magbayad. Eh, nagtatrabaho ang isang pinsan ko kay Poor Mom. Inutusan ito ni Poor Mom na mag-remit ng malaking halaga sa pinagkakautangan ni Poor Mom sa probinsya. Bumalik ang pinsan ko, kesyo naholdap daw siya sa bus. Nawala ang pera. Iyak ang Poor Mom ko kasi alam niyang naisahan siya. Anong gagawin niya sa pamangkin niya? Ipakukulong? Ipapapatay? Syempre wala, pasensyahan na lang. Pero narinig ko lang naman sa isa kong pinsan – bata pa ako nun eh kaya pwedeng mali ang intindi ko. "Wala namang bus na naholdap. Nagkutsaba yan sila ng inay nya para makuha ang perang inutang ni tita. Kaya may pera si tita (name ng isa kong tita) nung isang araw, di ba?" bulung-bulungan ng mga pinsan kong nakikitira rin noon sa bahay namin. I grew up thinking that all families were like that.

When Rich Ma'am talked about the way she put up the school na kasosyo ang mga kapatid niya, naghiwa-hiwalay silang walang isyu sa pera. Nagkaroon lang naman si Rich Ma'am ng isyu sa mga asa-asawa ng pinsan niyang pinagkatiwalaan sa school, hindi directly sa kamag-anak per se. I observed how close and loving Rich Ma'am was sa mga kapatid niya at pamangkin. She put up a trust fund sa pamangkin niyang may special needs. She is always there kapag may kailangan ang mga kapatid niyang naka-base sa Amerika. When they get together, hindi issue ang pera at kung sinong mag-a-ambag ng magkano.

When Rich Ma'am took over the school, she told us we were financially in trouble, but then she gave all the employees a bonus from the previous year's income to boost our morale.

"Ma'am, di ba po sabi nyo walang pera at nalulugi ang school dahil hindi kumita ang nursing program natin? Ba't po may bonus?" tanong ko. Hindi naman

sa nagrereklamo, pero grabe ang gulat namin. Wala nga kaming pang-Christmas party tapos nung natapos ang academic year eh may bonus. Magic! Paano nangyari yun?

"May income kasi last year na hindi ko na binigay kay (yung dating manager na relative), nag-quits na kami dahil sa mga nahuli kong anomalya. Maganda kung sa employees ko na lang ibigay para ganahan silang magtrabaho ngayong enrollment," sabi ni Rich Ma'am.

Pag iisipin mo, parang business strategy ito. Invest in your employees for better business. Pero hindi rin palaging may ROI motives si Rich Ma'am. In fact, nabubudol rin siya minsan dahil sa pagiging sobrang generous. Meron siyang binibilhan ng halaman (mahilig si Rich Ma'am sa gardening). Naging suki siya ng tindahan at nagkwento ang may-ari tungkol sa kanyang landscaping business. Binigyan ni Rich Ma'am ng puhunan yung tindera. Walang bumalik sa kanya. Hindi yun issue kay Rich Ma'am, nalugi daw eh. Siguro dahil mayaman siya kaya parang wala lang ang pera, pero hindi eh. Merong mayayaman na gahaman. Bukod dito, marami ring scholars si Rich Ma'am na nahuli nyang nagdo-doktor ng resibo o nagbubulakbol. Ihihinto lang ni Rich Ma'am ang suporta tapos hahanap ulit siya ng ibang tutulungan. Walang kadaladalang tumulong at magbigay ng biyaya si Rich Ma'am sa kapwa.

"Maraming bigay sa akin ang Diyos, mabuti na ring ipangtulong sa kapwa," sabi ni Rich Ma'am. Grabe, noh? Mapapa "sanaol" na naman talaga kayo 😂.

Sa ngayon eh hindi ko pa kayang maging kasing generous ni Rich Ma'am, pero isa rin yan sa hiling ko sa Diyos araw-araw. "Give me a generous heart." Kasi nakamana ako ng scarcity mindset sa Poor Mom ko. "Kailangang magkamal ako kasi baka maagaw ng iba. Kung kinakailangang manloko ng tao makuha ko lang ang gusto ko eh gagawin ko." Ganito ang mga taong may mindset na palaging mawawalan at mauubusan.

Si Rich Ma'am ang palaging mantra, *ibigay mo sa iba, babalik din yan sa atin*. Generosity mindset ang tawag dito. Naalala niyo ba yung voucher na pinalagyan niya ng quote? Ang sabi doon, *bawat perang ilalabas mo eh makatutulong sa ekonomiya ng bansa*. Kaya si Rich Ma'am kahit sa tax hindi siya nangungupit o nandadaya. Biruin mo, ang ibang negosyante, magbibigay ng mga personal na resibo para maging expense ng negosyo. Sa ganung paraan eh makakakuha ng extra cash ang may-ari ng kumpanya bukod pa sa allowance at sweldo nila. Pwedeng magpa-party ang may-ari ng kumpanya para sa anak na dalagang nag-debut. Tapos, iimbitahan ng may-ari ang ilang board members at kunwari ay may meeting sila. Yung mga resibo ng ginastos sa debut eh pwede nang ipa-

record ng may-ari sa finance as representation or planning expense. Liliit ngayon ang income ng company for the month dahil malaki ang expense. Kung netloss ang kauwian sa financial statements,

eh di walang babayarang tax sa government sa buwan na yun. Ang galing lusutan ang batas, noh? Kaya maraming paraang mangurakot!

Madalas pa, gusto ng mga may-ari ng kumpanya na mababa ang annual income as per year-to-date financial report. Sa ganitong paraan eh hindi magdedeclare ng dividends ang may-ari para wala siyang bayarang personal income tax. Pero kakaiba si Rich Ma'am kasi iba ang personal expense niya. Never syang magpapasok ng personal na resibo sa amin para kumuha ng cash. Iipunin namin ang cash at madedeclare kami ng net income. Ibig sabihin eh magbabayad kami ng tax sa gobyerno. Matapos nito eh magde-declare si Rich Ma'am ng dividends niya. Bago makuha ito eh magbabayad pa siya ng personal tax. Dobleng beses siyang nagbayad sa gobyerno eh pwede niya namang lusutan ito.

The VIRTUE DRIVEN LIFE

Iisipin ng iba na vovo si Rich Ma'am. Hindi, noh! Mas mataas lang ang virtue niya kesa sa iba. Kaya kung matitira ako sa isang compound, si Rich Ma'am ang gusto kong kapitbahay. Hindi ko kailangang mangharibat ng pinggan o damit niya. Bago pa ako magsalita eh may donation na siya.

Have a generous heart. Baka kaya ka baon sa pera eh, gaya ni Lowluh (dati yun), gahaman ka (Charot!).

Ayan ha, i-recap ko lang ang usapan natin para maalala mo ang iyong magiging assignments after reading this book. Apply the following lessons from Rich Ma'am: Una, aim to be a servant leader, hindi dapat ikaw ang palaging sikat at mataas. Sabi nga sa Lukas 14:11, 'Ang mataas ay ibinababa at ang mababa ay itinataas." Pangalawa, learn how to budget and live within your means. Struggle rin ito sa akin but I keep on pushing.

Pangatlo, work with perfection as if you are working for God. Kahit walang kwenta ang boss mo o hindi ka ma-appreciate ng mga katrabaho, basta magaling ka sa detalye at maayos na pagdedesisyon, aangat ka sa iba at makakaagaw ng atensyon. Pang-apat, in order to see other people's potential, tingnan mo ang sarili mo sa salamin at maniwala sa iyong kakayahan. Gravitate to people who will lift your value, and likewise be the source of encouragement to others. Lastly, be generous. Hindi lang sa pera o materyal na bagay. Basta alisin mo ang scarcity mindset at palitan ito ng abundance mindset, para bawat pagbibigay mo sa iba, hindi mo iisiping mawawalan ka.

THE RICHEST MAN IN BABYLON: A PHILOSOPHICAL WORLDVIEW

Whew! Malapit na tayong matapos; konting pages na lang. Na-cover ko ba ang lahat? I believe that I talked about experiential, spiritual, and psychological worldviews about money issues. Ipinakilala ko na sa inyo ang aking Rich Ma'am, Poor Mom, and my DAD (God) in between. This time, ilalatag ko naman yung philosophical worldview about money. Baka makatulong pa lalo sa inyo ang lessons na natutunan ko rin sa mga kwentong ito.

Hindi ko masyadong maikwento ang itay ko sa librong ito dahil sa ibang category sya ng buhay ko nakalagay (naks, may ganern!). He is in another book, another story.

Despite my dark history with my father, idol ko sya dahil nga isa syang insurance salesman nung 70's armed with Carnegie training. Sikat na sikat na module ito noong araw, teaching people how to get rich in sales. Kaya naman sobrang galing niyang public speaker kasi isa rin siya sa mga naging trainor ng program na ito. Nung nagkaroon kami ng sari-sari store sa squatter naming bahay sa probinsya, ang dami niyang barkada. Bibisitahin sya ng mga kabataan at kalalakihan para makinig sa mga kwento at ideas nya. Para siyang si Kabesang Tales sa kwentong Noli Me Tangere. Minsan lang, dahil marami siyang ideas pero hindi nya naman maisakatuparan, naging si Tatalino siya. Mataba ang utak sa maraming bagay na nauuwi sa kalokohan. 😂

Kung may mga taong all brawn but no brains, si itay yung tipong puro brains pero wala namang aksyon. As a leader, he was all vision without action. Magaling siyang magsalita – mamuhunan ng laway, pero hindi niya ito magawang pera. Nakuha ni Poor Mom ang maging palabasa ng libro sa itay ko. Yet, sa dami ng librong nabasa ni itay, kahit isa wala siyang nai-apply sa kanyang buhay. Kayo rin ha, baka basa kayo nang basa ng librong isinulat ko, pero hanggang ngayon wala pa rin kayong action plan para ma-apply ang mga pinagsasabi ko. Sayang naman. ☹ Sabi nga ng isang sikat na Tiktokerist, 'Ay sayang ang tattoo!' (Charot!).

Ilan sa mga librong paulit-ulit na binasa at kinukwento ni itay sa maraming tao ay ang *Think and Grow Rich, The Richest Man In Babylon,* and the story of *The Acres of Diamond*. These are classic books written in the 1920s and 1930s, and these stories aged well. Eventually, I read these books to know what the fuss was all about. It was worth it! Ang kaibahan lang namin ni itay, to the best of my ability, I applied the lessons I learned from these books.

Available pa rin ang mga librong ito, get yourself a copy, okie? Now, let me talk about The Richest Man In Babylon. Mabilisan lang kasi baka alam nyo na rin ang tungkol sa kwento nila Arkad at Dabasir.

ARKAD THE SCRIBE

Ang kwento ni Arkad ay kung paano ka yayaman. Samantalang ang kwento ni Dabasir ay kung paano ka aahon sa utang.

In summary, si Arkad ay kilala bilang THE RICHEST MAN IN BABYLON. Sabi nga sa kwento, pati mga hari ay nangungutang sa kanya ng gold. Yet, hindi old money si Arkad, isa lang siyang hamak na scribe. Taga-tiktik ng tablet (naks may tablet na noon) si Arkad. Yung tablet ay bato na ginagawang dokumento ng mga negosyante sa Babylon, parang 10 commandments ni Moses.

Isang araw eh nagkaroon ng client si Arkad na ang pangalan ay Algamish. That time, si Algamish ang pinakamayaman sa Babylon. Nagalit ito nang hindi natapos ni Arkad ang tablet na pinagawa nya. Nakipag-negotiate si Arkad, "Lalamayin ko ang tablet basta ituro mo sa akin ang sikreto kung bakit ka mayaman." Na sorpresa si Algamish kasi ngayon lang siya natanong ng ganito, at sa totoo lang ay marami siyang wisdom na gustong ibahagi sa ibang tao. Nakipag-deal si Algamish dahil gusto niya ang curiosity ni Arkad.

Nang natupad ni Arkad ang pangako nya, tinupad din ni Algamish ang usapan nila.

"Ang sikreto ng pagyaman ay nasa matabang wallet. Kada may pumasok na pera sa wallet mo. Maglalabas ka lang ng 90%. Yung 10% ay iiwan mo sa pitaka mo bilang pampataba. Gawin mo ito sa loob ng isang taon at babalikan kita."

One year later, tuwang-tuwa si Arkad na ibalitang mataba na ang wallet niya.

"Very good. Ngayon, pag trabahuhin mo ang naipon mo. I-negosyo mo ito. Babalikan kita after one year.

One year later, mayabang si Arkad na nagkwento.

"Ibinigay ko po sa laterong kaibigan ko ang pera para bumili ng diamante sa kabilang bayan."

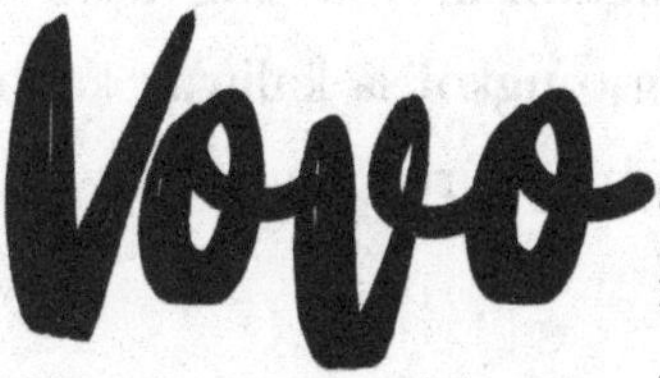

Naku! Nasermunan siya ni Algamish, "Ay vovo ka! Bakit ka magpapabili ng alahas sa gumagawa ng bubong. Hindi nya expertise yun. Kung ang negosyo mo ay pagpapagawa ng bubong, siya ang tamang tao. Kung alahas ang gusto mong negosyo, dapat sa legit na alahero ka sumosyo!"

"Ganun po ba?" malungkot na sabi ni Arkad.

"Magpataba ka ulit ng wallet at inegosyo mo nang tama. Babalikan kita next year." Sabi ni Algamish.

True enough, bumalik ang latero na may dalang pekeng gold, naloko din ito.

The following year ay bumalik si Algamish. Excited na namang magkwento si Arkad. "Naku, nagpataba po ako ulit ng wallet at isinosyo ko po sa nagba-buy and sell ng camel. Ngayon po ay regular itong nagbabayad sa akin ng bakas (share) tuwing makabebenta sya ng camel.

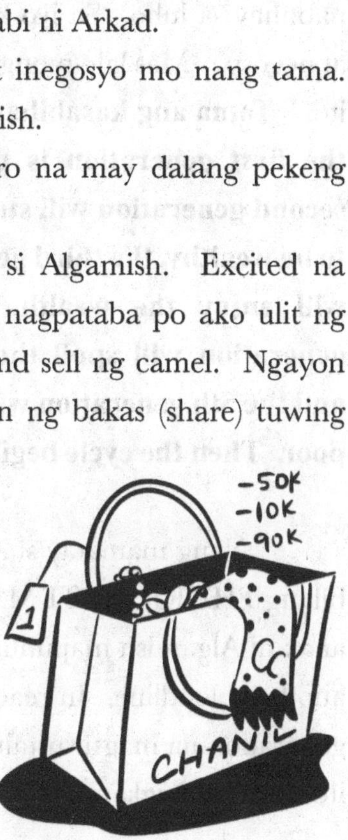

"Mabuti. Asan na ang bakas mo?" natuwa si Algamish.

"Naku, nanood po kami ng asawa ko ng sine, kumain sa labas, at bumili ng magandang damit." Sabi ni Arkad. Ayun nabatukan siya ni Algamish. "Bovito! Gawin mong sundalo ang mga pera mo para magtrabaho para sa iyo. Kapag nag-uuwi na ng limpak-limpak na pera ang mga sundalo mo, saka ka mamuhay na maluho. Babalik ako next year ha, siguraduhin mong marami akong makikitang sundalo," sabi ni Algamish.

One year later, dumating si Algamish. Iba ang aura ni Arkad. May dangal itong nagkwento ng tungkol sa kaliwa't kanan niyang negosyo, at kung paanong mataba pa rin ang wallet niya dahil naging sampung piraso na.

"Magaling. Ngayon ay handa na akong makisosyo sa iyo. Ako ay matanda na. Walang kwenta ang mga anak at apo kong nabuhay sa luho. Sa iyo ko ipapamahala ang aking mga ari-arian at negosyo. Mas lalo mong palaguin ito." **Tama ang kasabihang, when the first generation is poor, the second generation will strive hard to be wealthy, the third generation will enjoy the wealth, the 4th generation will spoil the wealth, and the 5th generation will end up poor. Then the cycle begins again.**

Nang mamatay si Algamish, si Arkad ang pumalit sa kanya bilang THE RICHEST MAN IN BABYLON. Sa halip na sa kamag-anak ni Algamish mapunta ang titulo, the wealth was transferred to another bloodline. In reading this, sana ikaw yung maging second generation na magsusustain ng iyong yaman para hindi ma-transfer ito sa ibang angkan.

Mayroong pitong LAWS OF GOLD na itinuro sa kwento ni Arkad. Ang prinsipyo dito – first and foremost – neutral ang pera. Hindi ito masama o mabuti, depende na lang sa pagrespeto mo dito nang walang kasamang matinding pagmamahal (love for money). Kailangan marunong ka sa batas ng pera kung gusto mong umunlad ang buhay mo nang hindi mako-corrupt ang iyong kaluluwa.

Isa-isahin natin ha. Gagamitin ko ang salitang ANCIENT para maalala mong libong taon na ang lesson na ito kaya siguradong epektibo kapag inapply mo.

Allot 10% of your income as savings

Ninety percent of your income for expenses

Consult experts when investing

Instruct your money to work for you

Ensure protection of your assets

Never rent a house

Think of ways to empower yourself

ANCIENT

Allot 10% of your income as savings

First Law of Money

Pay yourself first.

Sabi nga sa kwento, patabain mo ang wallet mo, no excuses! Hindi dapat umaabot sa punto na nawawalan ng pera ang inyong lukbutan. Kaya yung formula na salary less expenses = savings eh gawin mong salary less savings = expenses.

Sikat din ang isang financial advice tungkol sa pag-iipon ng emergency fund. Dapat daw katumbas ng anim na buwan mong sweldo ang savings mo, para kapag na bwisit ka sa boss mo eh pwede kang mag-resign anytime na hindi ka magugutom while hunting for your next job. Kaya ka nagme-mental breakdown at walang gana sa trabaho ay dahil hindi mo afford mag-resign kahit ayaw mo na. Wala ka kasing ipon kaya alam mong tutunganga ka sa gutom kapag nawalan ka ng trabaho. Wag mong isisi sa trabaho ang dahilan ng iyong kalungkutan, pasalamat ka nga pinagkatiwalaan ka pang swelduhan.

Ang ginawa namin sa pinagtatrabahuhan kong eskwelahan eh nagkaroon kami ng employee cooperative. Kada sahod eh may kaltas ang mga members ng minimum of P500.00. Pag may extra pera sila ay pwede nilang lakihan ang share. Kapag naman may emergency needs sila ay nakakautang sa coop na 1.5% lang ang tubo kada cut-off. Ito ang ginawa naming paraan para hindi mangutang ang mga teachers at staff namin kung saan-saang malakihang tubuan. Tapos, after one year ay ibinabalik namin ang tubo at principal sa mga employees. Ang iba ay tubo lang ang kinukuha sa kanilang naipon na share at saka pinapaikot ulit sa loob ng isang taon. Ito ang way na naisip ko para tulungan ang mga employees namin na makaipon.

Oo na, hindi ka makapag-subi ng 10% kasi ang daming kaltas ng iyong sweldo bago pa lumapag sa palad mo. Baon ka kasi sa utang. Mamaya, pag-uusapan natin ang utang na yan. For the meantime, mag-mindset ka na kung paano ka makakaipon simula ngayon.

ANCIENT
Ninety percent of your income for expenses

90% BUDGET FRIENDLY

"Gipit na gipit talaga, teh. Hindi kaya ng sweldo ko ang lahat ng bayarin. 100% nga ng perang nakukuha ko eh kulang na, 90% pa kaya?" I feel you. 😂 Kaya nga umpisahan mo nang titigan ang iyong payslip at ibangga ito sa iyong luho. Hindi na muna uubra ang kakain sa labas, mag-a-add to cart sa Lazada at Shopee dahil lang depressed ka, at pag-joyride Joyride dahil umaasang makaka-meet ng gwapong rider (Charot!). Gastos lang yarn! Habang hampaslupa ka, wala ka pang karapatang magmahal at bumili ng bagong ilong para gumanda (charot!).

Ganito ha, isa-isahin natin ang diskarte para maging effective ang iyong pagba-budget.

PARA SA MGA SINGLE PERO HINDI PWEDENG MAG-MINGLE

Tigil-tigilan mong magyabang para maging breadwinner. Hindi ka si Sharon Cuneta para magsabing, "Pasan ko ang daigdig." Ipakita mo sa pamilya mo ang payslip mo at i-insist na may specific ka lang na amount na kaya mong i-share sa bahay. Nag-uumpisa ka pa lang kamo kaya mag-iipon ka muna ng experience para may pang-bargain ka for a higher salary in the future. Usually, around 3 years mo makikita kung may future ka nga sa kumpanya. Kapag five years ka na sa trabaho pero walang pag-angat na nangyayari sayo, baka nasa maling lugar ka.

NATUWA AKO SA ISANG POST. ANG ISANG COKE IN CAN SA SARI-SARI STORE AY P25.00, SA AIRPORT AY P35.00, SA ISANG 5 STAR HOTEL AY P50.00, SA IBANG BANSA AY P65.00, AT SA ISANG GET-AWAY RESORT AY P500.00. IISANG PRODUKTO EH NAGBABAGO ANG PRESYO DEPENDE KUNG NASAAN ITO. BAKA KAYA MABABA ANG VALUE MO EH DAHIL NASA MALING LUGAR KA. LIPAT KA LANG NG LUGAR KUNG SAAN MA-A-APPRECIATE KUNG GAANO KA KAHALAGA.

Sabihin mo sa parents mo, "Ma, ang sweldo ko kada buwan ay P16,000.00. Ang take-home ko kada sweldo ay nasa P7,000 lang. Tanggal na ang mga kaltas ng gobyerno at auto-savings ng kumpanya na makukuha ko kapag naka-isang taon na ako. Ang allowance ko kada cut-off ay P3,000 para sa pagkain at pamasahe. Kung babaunan mo ako ng lunch eh magiging P1,500 na lang. Magtabi lang ako ng P2,000 pang luho ko at pambayad sa inutang kong pahulugang cell phone. May natitirang P2,000. Ito na muna ang share ko sa bahay para hindi ako mabaon sa utang.

Kapag ganito kalinaw ang usapan niyo, hindi aasa beyond your capacity ang parents mo. Ngayon, kung si mama yung tipong, "Anak, nanghiram si ate mo ng pambayad ng ilaw niya. Short tayo, baka pwedeng dagdagan mo." Naku wag kang papabitag sa ganitong style. Mababaon ka sa utang kasi makukulangan ka sa budget. Tiisin mo si mama para magtanda ng leksyon at sa budget mo ay umayon.

MAY ASAWA KAYA ANG DAMING ASA

Kung may asawa ka at mga anak, ganun din. Buksan mo ang payslip mo sa pamilya mo. Kung double income household kayo, mag-join force kayo kung paano mag-budget. Wala sa Bibliya na babae ang hahawak ng lahat ng pera. Dapat manage the money according to your strength. Pag si wife ang magaling sa budgeting, siya ang manager or vice versa. Kaya hindi rin muna uubra yung may mga biyenan pang sinusuportahan. Saka na kamo kayo tutulong kapag nakabayad na kayo ng utang. Kahit sa Bible ay sinabing, "Iiwan ng lalaki ang kanyang pamilya para makipisan sa kanyang asawa." (Mateo 19:5). Ibig sabihin para sa mga magulang na may pamilya na ang anak, tigilan na ang umasa.

Kung single-income kayong mag-asawa, bigyan mo ng allowance o sahod ang naiiwan sa bahay. Kung kasambahay nga ay may sweldo, dapat kahit ang asawa mo. Ibang-iba kung may dangal ang iyong kabiyak dahil kumikita pa rin siya ng pera habang pinaglilingkuran ka.

PARENT TRAP

Sa mga magulang na ginawang puhunan ang mga anak – ginapang sila sa pagpapa-aral habang umaasang balang araw ay mamumuhay ng marangya at may dangal, expect heartaches. Ang obligasyon nating mga magulang ay bigyan sila ng pakpak para maging independent at lumipad sa sariling pugad. Kasalanan mo kung ibinuhos mo ang lahat mong lakas sa pangarap ng anak mo, samantalang dapat nangarap ka muna para sa ikauunlad ng iyong pagkatao. Hindi pa huli ang lahat, bangon ka. Kalabaw lang ang tumatanda, may asim ka pang kumita ng pera.

LDR TAYO DEAR

Kung OFW family kayo, wag umasa sa sahod mula sa abroad. Dapat may trabaho rin ang nandito sa Pilipinas o negosyong pagkakakitaan. Mahirap magtagal ang mag-asawa na magkahiwalay ang pamilya. Ibang-iba kung makaipon at kapag pwede na eh muling magsama-sama.

Mag-asawa ang savings at budget. Kapag waldas ka, wala kang maiipon. Kapag maipon ka, matututo kang maghigpit ng sinturon. Ayan ha, buksan ng payslip mamaya. Kapag ayaw ipakita ng spouse mo ang payslip niya, ipakita mo ang sa iyo at maglagay ka ng boundary sa paggasta. "Hanggang dito lang ako ha, kita mo naman sa sahod. Anything na short ako, ikaw ang magpupuno. Dahil ayaw mong ipakita ang payslip mo sa akin, hindi kita pipilitin pero obligasyon mo pa rin sa akin ay wag mong iipitin."

Paano na-resolve ang issue namin ng daddy ng mga anak ko sa budget? Remember, hindi ko siya asawa pero may mga anak kami kaya obligado pa rin siya. Ang problema, ayaw niyang ipakita ang payslip nya sa akin. Fine! May mga ganung lalaki naman talaga, eh. Buti na lang, naging honest na ako sa kanya sa mga utang ko, at naging witness pa siya nung pinautang ako ni Rich Ma'am. Kasama ko siyang umiyak sa saya nung gabing ibinalita ko ang good news sa kanya. Noon din siya naniwala that God really works in mysterious ways.

Nang wala na akong utang, except kay Rich Ma'am, pinakita ko sa kanya ang payslip ko. Tapos kinuwenta namin ang bawas ng gobyerno, bawas sa utang ko kay Rich Ma'am, at yung natitirang budget na kailangan ko bago ang susunod na sweldo. Nung nakita nya na short, dun siya nagsabing sagot niya ang renta sa bahay, ilaw, at tubig, saka school at gastos ng anak naming lalaki. Okay, fair and square. Sa akin naman ang grocery, food, sweldo ng yaya, lahat ng school related gastos ng anak naming babae. Anything outside of this budget eh hati kami. Halimbawa, nawalan ng gasul, eh wala

yun sa budget namin, hati kami. Kung nasira ang TV at kailangang i-repair, wala sa budget, hati kami. Ospital or gamot, in case may sakit ang mga anak namin, hati kami.

Ngayon kung may luho akong binili at hindi ko naman sinabi sa kanya, halimbawa eh bagong damit ng anak namin para sa pupuntahang birthday party, sagot ko yun kasi ako ang may gusto. Kung nagpabili ng bola yung anak namin para makalaro ng basketball, sagot nya yun kasi hindi ko naman alam na bumili siya. Ngayon kung gusto kong i-enroll sa summer swimming or art class ang anak namin, magsasabi ako sa kanya, kung pumayag siya, hati kami. Kapag hindi niya gusto o suportado ang gastos na naiisip ko, pero gusto ko pa rin, sagot ko yung gastos, hindi niya ako hahatian. Simula nun, hindi namin naging problema ang pera, hindi kagaya dati na ipitan at pakiramdaman kami kung sino ang bubunot sa bulsa.

ANCIENT

Consult experts when investing

Second Law of Money

- Get only into a business you understand.
- Seek advise only from competent peopple

At this point na marami ka pang utang, walang ipon, at hindi marunong mag-budget, hindi pa oras para sa investing. Dapat nga lang eh maglaan ka ng oras para mag-aral ng tungkol sa business and finance. Magbasa ka ng libro, makinig ng podcast, o manood ng Youtube channel ng mga kilalang financial experts – local or international. Sabi ko nga, years before pa eh binasa ko ang mga libro ni Robert Kiyosaki. Nito ko lang unti-unti na-apply sa buhay ko ang mga itinuro nya dahil nga naging negosyante na rin ako.

Syempre, mag-ingat ka pa rin sa fina-follow mo. Maraming scammer na influencers. Kapag ang pangako ay too good to be true, isipin nyo agad, scam ito. Kaya maraming scammer eh dahil maraming gahaman, baka isa ka na dun kaya ka nalubog sa utang. Magbagong buhay ka na, ha. Dun muna tayo sa paano mabayaran ang utang, matutong mag-save, mag-budget, at palakihin ang income. Yung investment, papasadahan din natin dito pero mas mainam na maresolba muna ang mga utang mo.

Kung medyo graduate ka na sa savings, budgeting, and meron ka pang extra income. Wag munang ma-excite sa pag-i-invest. Again, learn from the experts. Sampu-sampera sila sa social media, dapat lang eh marunong kang kumilatis ng hinahangaan at susundin mo sa kanila.

ANCIENT

I nstruct your money to work for you

Soldiers ang tawag ni Algamish sa perang nagtatrabaho para sa kanya. Make your money multiply itself by working for you. Again, this is for the investors. Pero yung mga employees namin na coop members, meron din silang soldiers na kumikita ng pera dahil hindi nila ginagalaw

Third Law of Money

- Make your gold work for you.
- Make an army of golden slaves before you buy luxury

ang ipon nila. Kukunin lang nila ang tubo kada taon. Tapos ay papaikutin ulit ng kumpanya ang basic shares nila habang mula sa sweldo ay nadadagdagan pa.

Personally, ang mga librong isinulat ko ay naging sundalong nagtatrabaho para sa akin. Tulog ako pero pagkagising ko may kaching-kaching na sa tindahan ko. Ganito ang nagpabago sa buhay ng mga online sellers at marketing affiliates. Aralin mo yun kung gusto mong magka-passive income. Ito yung kinikita mong pera ng walang ka-effort-effort, kahit tatamad-tamad ka. In my case, kapag maganda ang benta ng mga libro, may dumarating sa aking cash remittances. Gumanda tuloy ang cashflow ko. Ginagamit ko ang pera para sa business expenses at kapag may sobra, namumuhunan ako sa iba pang business interests.

Ano pa yung iba kong naging passive income? I write novels online. Binibili ng mga online writing platforms ang novels ko at binabayaran ako per number of words. The longer the story, the higher the income. I sold two novels for over $1,000. As soon as I signed the contract, may natanggap akong bayad. Kada update ko ng chapter, may monthly income na katapat. At nung natapos ang kwento, may bonus pa ako. Sa ngayon nasa paywall na rin yung kwento ko. Ibig sabihin, may mga naka-lock na chapters, babayaran ito ng mga readers bago ma-unlock. Mind you, $ ang earnings ko dito. Maliit lang naman, pero kahit pasingko-singko, sigurado pa ring lalago ito.

Syempre, inaral ko rin ang book publishing. Namuhunan ako sa mga trainings and seminars at meron din akong mentor na gumagabay sa akin sa sales and marketing. Sumugal ako, knowing na natuto naman ako sa mga experts at kahit minsan nga, sa mga pagkakamali ko. Ang nakatutuwa pa, nung nag-umpisang pumasok ang extra funds sa akin, mas lalo akong naging simple mamuhay. Alam mo yun, nawalan ako ng gana sa luho. Iniisip ko, 'paano ko papaikutin ang tubo ng puhunan ko?' As much as possible kung gagasta ako, sinisiguro kong sa investments – na magbibigay sa akin ng mas malaking ROI – mapupunta ang pera ko.

Sa ukay ako bumibili ng damit, pero mamahalin ang investments ko sa mga gadgets at equipment. Biruin mo, kaya kong mag-print ng sarili kong libro (digital printing). Kumbaga, magsusulat ako – laway ang puhunan. Tapos, bibili ako ng raw materials para sa printing ng books. Tapos, ilalabas ko ang ilang kopya nito na bibilhin nyo naman. Meron na ulit akong passive income na gagawin kong sundalo para sa susunod kong business ventures. Gaano katagal bago mawala ang essence at relevance ng isang libro? Sa school policy (as per CHED), five years after ng publishing. Kung classic ang magawa mong book and the topic will age very well, baka lifetime meron kang royalty na makukuha sa librong isinulat mo. Pati apo ng apo mo sa tuhod eh makikinabang dito.

Disclaimer ha. Hindi zero ang utang ni Lowluh, laging naka-abang sa akin sina Meralco, Maynilad, at Globe, credit cards, atbp. Magbabakarda kasi yan sila. Minsan nga eh sabay-sabay pa kung bumisita, buseet! Pag-uusapan natin ang good utang mamaya.

Sa ngayon, mag-isip kayo ng posibleng sundalo na aalilain nyo para uwian kayo ng pera araw-araw kahit hindi kayo nagtatrabaho.

ANCIENT

Ensure protection of your assets

Ang weird lang kasi insurance ang binebenta ng mga magulang ko pero wala silang insurance. Bakit ba kailangan mong magpa-insure eh minsan budol naman? Kagaya nung mga educational insurances noon na nagsara at nalugi, hindi tuloy napag-aral ang mga anak na apektado. Noon yun, mas maganda na ang system ngayon. Dumaan nga ang pandemic eh hindi natinag ang ibang insurance companies. Nung nakaraos tayo sa pandemic eh mas naging matatag ang kumpanya nila.

Again, sa ngayon, hindi mo pa maisip ito kasi parang wala ka pang masasabing asset. Wala nga ba? Hindi ba asset ang katawang lupa mong gumagapang sa hirap katratrabaho? Dapat pag-isipan mo ring magkaroon ng health, accident, death, burial, etc. insurance. Kung may mga fixed assets ka naman gaya ng bahay, sasakyan, at iba pang ari-arian, dapat merong fire or acts of god's insurance din sila. Hindi ako endorser ng St. Peter, pero isa ako sa mga unang na-hype sa pagbili, in advance, ng burial services nila. Grabe ang ginhawa kapag hindi inaasahang may mawawala sa pamilya. Naabutan ko pa yung money back, ibinili ko naman din ulit ng panibagong insurance.

Mindset talaga! Kapag inisip mong gastos or expense ang insurance eh masakit sa bulsa, pero kapag inisip mong peace of mind ang binibili mo, parang gumastos ka lang kapalit ang pagkawala ng alalahanin mo.

ANCIENT
Never rent a house

Dahil nomad ang Poor Mom ko, ayaw na ayaw niya ang idea na mapipirmi kami sa iisang lugar o bahay. Minsan sa probinsya namin ay namigay ng lupa ang gobyerno. Ang gagawin mo lang ay bakuran ang lupang gusto mo.

"Babakuran ko, gastusan natin," sabi ni itay.

"Eh kung magkabahay tayo, baka agawin ng tunay mong asawa," napaka-scarcity mindset talaga ni Poor Mom, noh? Laging akala mo eh aagawan samantalang siya itong mang-aagaw at budol. Ang magnanakaw talaga galit sa kapwa magnanakaw. Nung binalikan ni itay ang lupa dahil pinapaalis na

kami sa gutter ng highway kung saan kami naka-squat, meron nang bakod yung lupa at iba na ang may-ari.

Lee Kuan Yew, the famous prime minister na nag-angat ng bansang Singapore, prioritized housing projects. Iba-ibang lahi kasi ang citizens ng Singapore. May from Malaysian, Chinese, and Indian descent. "Kung wala kayong bahay sa Singapore, never nyong mamahalin ang bansang ito," sabi ni Lee Kuan Yew. Ayun, nagtayo sila ng mga high rise condominiums na binebenta ng gobyerno sa magaang paraan ng pagbabayad.

Tayong mga Pinoy, walang ganitong mindset. Hindi itinuro sa atin na dapat mauna ang bahay bago ang lahat. Nung minsan eh may nakausap akong mag-asawang nakatira sa ilalim ng tulay.

"Nasa abroad ang mga anak namin," sabi ng babae.

"Aba'y bakit ho kayo nasa ilalim ng tulay nakatira?" takang tanong ko.

"Eh, nung una nakakatulong sila sa upa ng bahay namin, kaso noong pandemic eh nawalan sila ng trabaho. Tsaka may pamilya na rin sila. Nung napaalis kami sa bahay na inuupahan namin, dito kami napunta. Maayos na rin kami dito. Hindi na rin namin ma-contact ang mga anak namin," sabi ng lalaki.

Yun minsan eh, binubuhos natin sa mga anak natin ang pangarap natin, tapos kapag natupad nila eh makiki-ride tayo without assurance. Hindi naman masama ang mga anak na hindi makatulong sa mga magulang. Meron lang talagang pagkakataon na sila mismo ay hirap na hirap din. Kung inuna muna ng mga magulang ang pagpupundar ng bahay, pagtanda nila ay pag-aagawan sila ng mga anak nila. Kapag walang ganitong pundar ang matatanda, nakupo! Minsan eh 'hu u?' ka sa mga anak na pinag-aral mo.

NPA
means
No Permanent Address

All my life eh nomad ako. Iba-ibang bahay at lugar ang tinitirhan. Pinangarap ko talagang magkaroon ng sariling bahay. Nung nakabayad ako ng utang kay Rich Ma'am, nasanay na ako sa maliit na budget. Yung perang binabayad ko dati kay Rich Ma'am ay naipon ko hanggang pwede na akong mag-equity ng sarili kong bahay. Lapit ako kay Rich Ma'am para humingi ng advice.

"Ma'am, what if kayo na po muna ang mag bank loan ng bahay na bibilhin ko. Ayaw po kasi nung developer sa Pag-ibig, mabusisi daw. Eh, hindi ko naman kaya yung short term loan sa banko."

"Magkano ba ang bahay na bibilhin mo?" tanong ni Rich Ma'am.

"Nasa P1.9 million po. Tatlong kwarto at malaking garahe, townhouse po sa isang exclusive compound." sabi ko.

"Magkano ba ang naipon mo?"

"Nasa P250 thousand na po," sagot ko.

"Mahirap kasi, Amy. Baka malugi ka. If something

happened to me eh nakapangalan sa akin ang bahay, paano ka?" paliwanag ni Rich Ma'am.

Nalungkot ako ng konte.

"Ganito na lang, bayaran mo na lang ng cash ang bahay na yan, tapos bayaran mo na lang ako kada buwan. Yung kopya ng titulo eh iwan mo dito sa vault," sabi ni Rich Ma'am. Napanganga ako. Yun kasi ang panahong napalaki namin ang school at maganda ang income. Pero kahit na ganon, never in my wildest imagination na bibili ako ng bahay in cash na parang bumili lang ako ng itlog sa palengke. Pambihira ang Rich Ma'am ko, noh?

Grabe rin naman ang Diyos! Wag kang #mapasanaol. I-claim mong mangyayari rin ito sa iyo. Mindset ulit, magkakabahay ka na nasa sarili mong pangalan, in Jesus name, amen! Claim it!

ANCIENT

Think of ways to empower yourself

Si John Maxwell, na kilalang pastor at motivational speaker about leadership, ay merong itinurong principle of LIFTING YOUR LID. Ito yung, kaya maliit ang mundo mo, dahil maliit ang pinaglalagyan mong baso. May takip (LID) pa, hindi mo tuloy ma-expand ang iyong horizon. Kung mula sa tasa ay magiging beer mug ka, magkakaroon ka ng enough room sa buhay mo para maglagay ng maraming kaalaman. Maliit ang income mo, malaki ang expenses, wala kang ipon, at baon ka sa utang. Paano ka nga naman makapagsisimula, di ba? Kung hindi kayang mapaliit ang expenses dahil mamamatay kayo sa gutom, palakihin mo ang income. Ito na yung paramihin ang sundalong kikita ng pera para sa iyo.

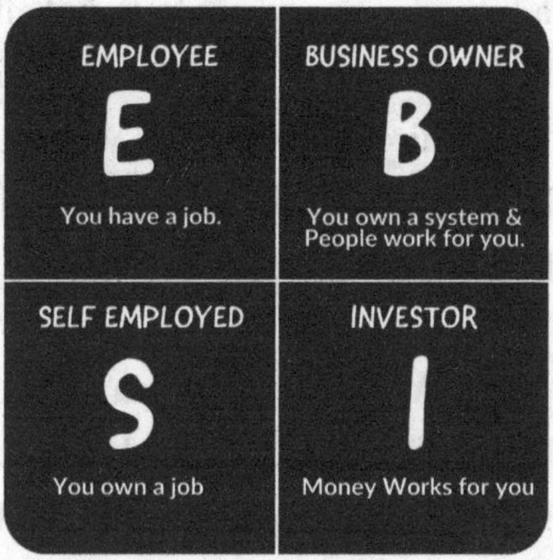

Natutunan ko yung four quadrants ng pagnenegosyo kay Robert Kiyosaki. Paano ka ba kikita ng pera? Ang sikat at kilala nating paraan ay maging EMPLEYADO, regular ang monthly na sweldo. Fixed income kapalit ng fixed na oras na pagtatrabaho. Sigurado ang kita, pero oras mo ay dapat ring ibigay sa kumpanya.

Hanggang ngayon eh employed ako. Sobrang mahal ko si Rich Ma'am at ang school namin kaya love na love ko pa ring magtrabaho. Meron akong fixed na income kada buwan, yun naman ang nakatutuwa dito. My Rich Ma'am buys my time so I can work for her.

Ang sumunod na paraan ng pagkita ng pera ay PAGNENEGOSYO. Hindi ka na lang empleyado, ikaw na rin ang may-ari ng kumpanyang itinayo mo. Kahit sabihing sari-sari store yan, kung inuubos mo ang oras mo dyan eh sa iyo ang kabuhayang yan. Dito pwedeng hindi fixed ang oras mo, pero madalas mas mahaba sa otso oras ang igugugol mo para mapalago ang negosyo. Hindi rin palaging sure na may income, pero kapag jackpot ka eh malaki-laki ang laman ng bulsa. Sugal talaga ang pagnenegosyo pero ang kagandahan eh ikaw ang amo. Wag lang kalimutan na bago sumabak sa negosyo o pamumuhunan, kailangan sa mga experts ay makipagkaibigan. If you hire employees to work for you, ikaw naman ang bumibili ng oras ng ibang tao.

Ang pangatlong paraan ng pagkita ng pera ay yung maging PROFESSIONAL ka. Halimbawa ay dentista ka, pwede kang magtayo ng sarili mong clinic. Kung magaling ka sa pagkulot ng buhok, pwede kang magpatayo ng sarili mong beauty parlor. Ilan lang ito sa halimbawa. Kumbaga, ikaw ang produkto ng iyong negosyo. Serbisyo ang alay mo sa publiko. Again, kapag ganito, you are your own boss. Ang medyo issue lang dito ay kapag nagkasakit ka, eh di walang income kasi hindi ka makapag-serve. Hindi ka rin basta-basta makapag bakasyon kasi magsasara ang negosyo mo. Sa ganitong kaso, binibili mo ang sariling oras dahil ikaw ang kailangan ng negosyo mo.

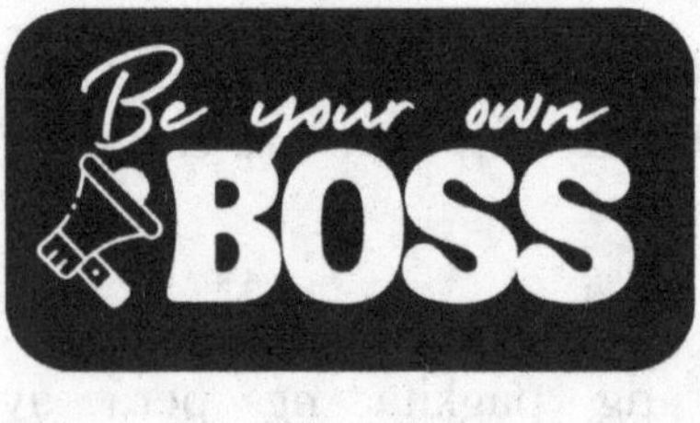

Meron namang mga negosyante na sa profession ng iba umaasa. Halimbawa, magtatayo ka ng massage or wellness spa. Okay naman ito, kaso minsan kung hindi ka expert sa ganitong serbisyo, paano kung iwanan ka ng manikurista mo? Eh, di sarado din ang business mo. Ang mahirap pa, pwedeng ahasin sa iyo ang mga clients nyo kapag nagustuhan ng mga ito ang serbisyo ng iyong empleyado.

Yung sister ko eh merong tutorial school. Maganda naman ang negosyo. Kaso nga lang, kapag nakakuha ka ng tutor or teacher na may attitude problem, sakit din sa ulo. These are something to ponder on kapag ikaw ay magnenegosyo gamit ang profession ng ibang tao.

Finally, yung PASSIVE income. Ito yung meron kang pangkabuhayan na kumikita kahit tulog ka. Sabi ng pamangkin ko, "Tita, naiinggit ako sa isang kasamahan ko sa trabaho kasi ang daming naipundar na motor." Natawa ako, sabay tanong na, "Ginagamit ba nya para sa negosyong Joyride or Angkas?" Nagtaka yung pamangkin ko, "Hindi, tita." "Eh, hampas lupa pa rin siya kahit sabihin mong pito ang motor niya," sabi ko.

Isa pa rin ito sa mali ng mga tao. Sa accounting, ang sasakyan at bahay ay fixed assets. Ibig sabihin, ari-arian mo ang mga ito na pwede mong i-liquidate para maging cash. Sa normal na buhay, kapag ang bahay na binili mo ay binabayaran mo pa, hindi pa siya asset. Liability pa rin ang bahay – malaking utang! Hala, ganun yun? Oo, ganito ang gawin nyong konsepto ha, natutunan ko rin ito kay Robert Kiyosaki, and it makes sense. Kung yung motor ng kaibigan ng pamangkin ko ay nagpapasok ng pera sa kanya, asset yun. Kung may paupahang bahay or apartment ka, nagpapasok ito ng pera sa iyo, asset mo yun. Yang cellphone mo ay naglalabas ng pera dahil monthly ay may babayaran kang internet connection, liability mo yan. Kung ang cellphone mo ay ginagamit mong pang-video para makagawa ka ng reels sa FB na pwede mong i-monetize, magiging asset ang cellphone mo.

Ulit ha, lahat ng ari-arian mong nagpapasok sa iyo ng pera, asset sila. Lahat ng ari-arian mong ginagastusan at inuubos ang pera mo, liability mo yan. Kaya mag-inventory ka ng mga liabilities na pag-aari mo, thinking that they are your assets. Baka dapat mo na silang idispatsya dahil pabigat lang sila.

Knowing all of these, mag-umpisa ka nang mag-isip paano mo papataasin ang iyong lid o value? Kung empleyado ka, grab the opportunities na palipat-lipat ka ng department at ang dami mong natututunan. Empower yourself for promotion. Kung kinakailangang umattend ng training or mamuhunan sa education, gawin mo. Habang tumataas ang value, experiences, at kaalaman mo, dadalas ang pasok sa iyo ng bigger or extra income.

Ganun din sa negosyo. Dumikit ka sa mga mayayaman at magagaling na tao. Mag-inventory ka ng mga friends mo.

May kaibigan ka bang milyonarya at milyonaryo? Kapag wala eh mag-isip ka, ibig sabihin may kulang sa crowd na ginagalawan mo. Si Arkad merong naging mentor na si Algamish; ako merong Rich Ma'am. Ikaw? Wala. Kapag may nakilala ka kasing milyonaryo ang iniisip mo eh, 'Yes, may mauutangan ako.' Haynaku!

Sa mga professionals naman, insure your greatest asset. Ikaw! Yung iba gumagawa ng ingay sa social media para meron silang passive income. Ang daming blogs ng lawyers, doctors, at kung sino-sinong chef na nagluluto ng kung ano-ano. Ang ginagawa nila eh ini-immortalize ang kanilang expertise. Biruin mo, may clinic ka bilang dentista, tapos nagbakasyon ka kaya sarado ang clinic, pero meron kang masterclass videos, blogs about dental hygiene, at consultant ka pa, kikita ka pa rin ng pera sa mga views at honorarium kahit nasa bakasyon ka. Esep-esep ha, maraming paraan ngayon para kumita ng pera.

Syempre, ito experiential ang base ng kwento. Yung mga libro ko, exposure sa social media, company affiliations, invitation as public speakers, TV and radio interviews, atbp. ay nagpapataas ng value ko. Yung libro, isang beses ko lang isusulat. May mga pagkakataong kailangan kong i-update o i-edit, pero sa huli, sundalo ko siyang nagpapasok sa akin ng pera. Ang sabi nga ng anak ko, 'Laway lang ang puhunan, may pera na si mommy.' Ang nasa isip ko naman, 'Salamat, Lord, kasi I'm in the business of words. Isang salita ko na binuo at naging pangungusap, gagawin kong paragraph hanggang maging isang libro na makakatulong sa mga taong nagbabasa nito.

> **In the beginning was the Word, and the Word was with God, and the Word was God.**
>
> JOHN 1:1-2

Hindi laway ang puhunan ko, kundi ang biyaya ni God dahil siya ang SALITA na nagsu-sustain ng aking talento. Sabi nga sa John 1, "In the beginning is the WORD... and the WORD became flesh (Si Jesus)". Kaya super honored akong magkaroon ng paraang kumita ng extra gamit ang mga salitang pinagsama-sama.

Iwanan ko rin kayo ng Parable of The Talents. Sabi nga sa Matthew 25:14-30, sa tatlong alipin na pinagkatiwalaan ng talento, isa ang natakot ipuhunan at palaguin ito. Itinago sa lupa at ibinaon sa takot na ito'y mawala. Dahil naduwag ang alipin na gamitin ang kanyang talento, binawi ito ng amo. Dinoble naman ang talento ng mga aliping ginawang puhunan ang ipinagkatiwala sa kanilang talento. Tapos sabi naman sa Matthew 13:12, "Ang marami na ay bibigyan pa, ang walang-wala ay lalong makukuhanan." Sinayang mo kasi ang talentong ibinigay ni God sa iyo para yumaman.

Ayan ha, sana naman eh marami kayong nahugot mula sa mga kwento ni Lowluh na magagamit nyo para buhay ay mapasagana. Isa-isahin ko ulit ang mga aral mula sa kwento ni Arkad. Una, **Magsubi ng 10% mula sa inyong kita at gumastos lang ng 90% na natitira.** Sunod, **sa pagnenegosyo, kumunsulta sa mga eksperto, para hindi ka maloko.** Ikatlo, ang goal mo palagi ay alipinin ang pera. **Stop working for money as slaves.** Let your money work for you by multiplying it endlessly even when you sleep. Isa pa, **hindi ka man masyadong bilib sa insurance, ito ay iyong pag-aralan. Hindi pa man priority ito sa ngayon, pero once yumaman ka, kakailanganin mo ito bilang proteksyon. Huwag ring palalagpasing bumili ng sarili mong bahay!** Wag na wag kang papayag na tumanda na nakikitira sa mga anak mong pasaway. Finally, **empower yourself.** Aral, aral, aral kung kinakailangan. Yung ganitong palabasa ka ng libro, malayo ang mararating mo! Hindi ko man personal na kilala si Robert Kiyosaki, sa dami ng natutunan ko sa kanya, eh parang berks na kami. (Charot!)

• DABASIR THE CAMEL TRADER

Teka! Paano naman ang may utang? Naku, expertise ni Lowluh yarn! Tara, pag-usapan natin. Balikan ulit natin ang kwento ng The Richest Man in Babylon. This time kilalanin naman natin si Dabasir, ang mayamang camel trader.

Mabilisang kwentuhan lang ha, pero I advise na basahin nyo ang libro (The Richest Man In Babylon) para mas detalyado ang makukuha mong lessons sa mga kwento.

May kilalang mayamang camel trader sa Babylon na ang pangalan ay Dabasir. Isang araw eh naningil siya ng mga pautang. Isang kabataang pinautang niya ang hindi makabayad at nagmamakaawa sa kanyang bigyan pa siya ng isang pagkakataong makaipon ng pambayad.

Naawa si Dabasir at inaya itong mag-lunch. Haist, sana lahat ng creditors ganito, noh? Yun pala ay le-lecture-an ni Dabasir ang binatang nangutang sa kanya.

"Alam mo bang one time in my life ay naging alipin ako?" umpisa ni Dabasir na ikinagulat ng kausap niya.

Camel trader at taga-gawa ng upuang nilalagay sa mga kamelyo ang tatay ni Dabasir. Naturally, naging ganito rin ang trabaho nya. Ayos naman, nakapag-asawa pa nga siya. Yun lang, may nakilala si Dabasir na creditor. Maluwag itong magpa-utang kaya naging maluho si Dabasir. Dumating sa puntong siningil na siya sa dami ng naipon niyang utang. Noon na nya naipambayad ang mga naipundar na ari-arian. Isinoli rin muna niya ang asawa sa sarili nitong pamilya. Wow! #sanaol naisosoli ang asawa. (Charot!)

In the meantime, para kumita ng pera at mabawi ang asawa, naging mandarambong si Dabasir. Kung alam nyo yung kwento ng "The Good Samaritan", si Dabasir yung magnanakaw ng caravan ng mga solo travellers. Bukod sa nanakawan ay bubugbugin pa ng grupo ni Dabasir ang kawawang traveller. Ganito malamang ang nangyari sa taong tinulungan ng good Samaritan sa Bible story.

Sa umpisa ay okay ang pandarambong nila, hanggang sa mapatay ang kanilang leader at mahuli si Dabasir. Sa halip na makulong at maging mason – yung mga taong subjected sa hard labor para gumawa ng pyramid – naging slave si Dabasir. Parang story ni Joseph na ibinenta siya at napadpad sa malayong lugar.

Sobrang laki ng pagsisisi ni Dabasir. Hindi niya matanggap na magiging alipin sya. That's the lowest of lows, kumbaga. One time, nakita ng amo niyang babae na hindi siya sumasali sa grupo ng mga alipin.

"Bakit hindi ka nakiki-salo sa kasiyahan nila?" tanong ng amo ni Dabasir. "Hindi naman ako alipin. Galing ako sa malayang lahi," may kayabangan pa rin si Dabasir. Ikinuwento nito sa amo kung bakit ayaw niyang bumaba sa level ng mga slaves, isa kasi siyang free man noong araw at professional camel trader pa.

Natawa ang amo, "Alipin ka. Kahit itanggi mo pa. Kapag may utang ka, alipin ka ng pinagkakautangan mo. You have the soul of a slave. Mababawi mo lang ang kaluluwa mo kapag nabayaran mo ang utang mo." Sobrang sakit ng naring ni Dabasir dahil tama ang amo. Ibinenta niya ang kaluluwa

niya noong nagsimula siyang mangutang at maging alipin ng pera.

Iyak nang iyak si Dabasir at nangako sa sariling tutubusin niya ang kanyang kaluluwa balang araw. Kaso mukhang imposible dahil may tatak na siyang alipin.

One day, naawa ang amo niyang babae at pinatakas siya. "Ayan ang dalawang kamelyo. Kung magaling kang alagaan sila sa disyerto, makakatakas ka dito para makauwi sa bayan nyo. Ako na ang bahala sa aking asawa, hihintayin kong dalawang araw kang wala bago ko sabihing hindi ka namin makita." Kapag sincere talaga ang pagbabago mo, darating ang tulong ng Diyos sa iyo.

Ilang araw na binata (tiniis) ni Dabasir ang init at gutom sa disyerto hanggang matanaw niya ang kanyang bayan. Sa sobrang saya niya, halos yakapin niya lahat ng kanyang pinagkakautangan. Ang ginawa ni Dabasir ay pinatawag ang lahat ng creditors nya. Wow! May pa-town hall meeting. 😂 Kaya relate ako sa kwentong ito kasi hawig na hawig ng sa akin. Mind you, hindi ko pa nababasa ang librong ito noong mga panahong nakipag-usap din ako sa mga creditors ko.

Nagmakaawa si Dabasir sa kanila, "Bigyan nyo ako ng kalayaang bayaran ko ang utang ko sa inyo unti-unti, at per schedule. Hayaan nyo akong magtrabaho in peace. Walang mangugulo at maninira sa reputasyon ko. Pangako ko sa inyong sa loob ng limang taon eh mababayaran ko lahat kayo."

Syempre nag-isip ang mga creditors. Kung ipapakulong nga naman nila si Dabasir eh hindi nila mababawi ang pera nila. Pumayag sila sa pangako ni Dabasir.

True enough, bumalik si Dabasir sa pagiging camel trader. Kada sweldo, isa-isa niyang binayaran ang nakapilang creditors niya. Yung maliliit ang nauna, hanggang maubos sila. Sunod ang malalaking utang, nagtaggal mang bayaran eh nadaan naman sa tyagaan. Wala pang limang taon ay bayad na lahat ni Dabasir ang utang niya, at inalok pa siyang mangutang ulit.

"No way! Natubos ko na ang kaluluwa ko sa pagiging alipin, isasangla ko ulit? Wag na oi!" Tanggi ni Dabasir. Tapos noon ay nag-ipon naman si Dabasir para mabawi ang asawa sa byenan niya. Saka siya umattend ng masterclasses ni Arkad kung paano yumaman. Ayun, naging pinakamayamang camel trader si Dabasir sa Babylon. At siya na ang inuutangan ngayon. Amazed na amazed ang batang kinuwentuhan ni Dabasir. Nangako itong susundin ang advice ni Dabasir para makawala ito sa utang at pagiging alipin.

Kaya love na love ko ang kwento ni Dabasir kasi, hawig ito sa naging kwento ng buhay-utang ko. Grabe, noh?

Kaya ikaw, ganito ang gawin mo. Ilista mo ang lahat ng iyong utang. Isuko mo sa Diyos ang buhay at problema mo. Sabihin mong "Lord, bilang anak mo, utang mo na ito ha, hindi ko na utang. Turuan mong makita ng puso ko ang lesson na gusto mong

matutunan ko dahil sa problemang ito." Isingit mo sa Bible ang listahan at basahin mo ang kada page nito gabi-gabi. This will remind you na wala kang aasahan kundi si God lang.

Tapos wag mong takasan ang pinagkakautangan mo. Ilabas mo sa kanya ang listahan at ipaliwanag mong magsusumikap ka sa trabaho para mabayaran sila isa-isa. Merong delay sa pagbabayad pero never kang tatakbo at hihintong maghulog kahit paunti-unti. Insist mo na mawala ang tubo, kung kinakailangang pumunta kayo sa barangay para magkasundo, gawin mo. Maganda na yung may witness kayo. Basta ikaw ang maglatag kung magkano ang kaya mong ibayad kada buwan. Siguraduhin mo ring magsumikap para kumita ng pera pambayad ng utang. Lahat ng raket, basta legal pasukan mo. Kailangan mong magpalaki ng income sa paraang marangal.

Finally, wala munang luho. Kunin mo lang sa iyong income ang basic needs mo at ang lahat ng tira ay ibigay mo sa mga creditors. Mula sa maliit at mabilis barayan, hanggang sa malakihang utang ay bayaran mo ng walang kapaguran. Ipahatak mo yang mga pahulugan mong gamit at

ari-arian. Mababalik sayo yan, once na wala ka nang utang. Kahit sa bank o malalaking institution papayag sila sa loan realignment. Kaya wag kang matakot makiusap. Kainin mo muna ang pride at hiya mo. Alalahanin mo, alipin ka, kaya wag kang mareklamo. Kapag natubos mo na ang kaluluwa mo, saka babalik ang pride ng iyong pagkatao.

I know. Madaling sabihin pero mahirap gawin. Ayan ka na naman puro negative thinking. Hinga ka muna, dali! Alam kong na-o-overwhelm ka sa mga nilalapag ko, kaya nga lagi kong sinasama si God sa kwento. Tandaan mo, hindi ka nag-iisa sa labang ito, kapag isinuko mo yang mga alalahanin mo sa Diyos, Siya ang bahala sayo. Okie? Tuloy na tayo.

GOD DELULU

Sorry ha, pinagsasampal na talaga kita ng Bibliya. May disclaimer naman ako kaya wag ka nang magreklamo. Gusto ko lang bigyan ng emphasis ang tungkol sa tithes. Pwedeng wag mo masyadong intindihin ang usaping ito, pero pramis hindi ka magsisisi kapag niyakap mo ang ganitong prinsipyo.

Sa kwentong, *The Richest Man in Babylon*, ang unang prinsipyo ay bayaran mo muna ang sarili mo. Pay yourself first as savings, this is the golden rule of the rich people. Remember, though, that Babylon is an empire that enslaved the Jewish – the people of God. In the end, Babylon was punished and became a desolated piece of desert land. This is clearly narrated in world history. Hindi nasustain ng 'pay yourself first' principle ang yaman ng Babylon.

Hindi kasi yan ang prinsipyo na dapat nating panghawakan. In Matthew 6:19-21, we are taught not to store treasures where moths and rusts destroy while thieves kill and steal. We have to store our treasures in heaven to support the works of our Lord. Thus, ang pinaka sa pinakang prinsipyo ng totoong pagyaman ay, PAY GOD FIRST. The world's teaching is 10%-90%, savings and expenses. God's economic principle is 10%-20%-70% at the very least. Pay God the 10% of your income, first. Then 20% goes to savings and the rest to your expenses. Mas madugo, noh? Pero hindi imposible basta naka-prioritize sa atin si God.

"Ipakalat nyo ang magandang balita sa lahat ng sulok ng mundo," utos ito ni Jesus sa lahat nyang disipulo bago Siya umakyat sa piling ng Kanyang Ama. Sa pamamagitan ng halik ay inihabilin ni Jesus ang kanyang Banal na Hininga (HOLY SPIRIT) para mamunga ang mga mananampalataya at maging kawangis Niya (John 20:22).

"Wag kayong magbabaon ng pera o maraming damit sa inyong paglalakbay. Hihipo ako ng mga tao para mag-provide," pangako pa ni Jesus (Luke 9:3).

The reason why we give tithes ay hindi dahil kailangan ni God, kundi kailangang ma-provide natin ang needs ng kanyang mga alagad. Kapag nagsisimba tayo, kumakain ang ating kaluluwa, ano ba naman yung mag-alay tayo para sa mga manggagawang ang puso ay na kay Kristo.

To be honest, the above Biblical passages can be abused. Remember why Martin Luther[5] turned his back and revolted against the Catholic church? It was because of the teachings pertaining to indulgence (Indulhensya). Whenever may project ang simbahan, magbebenta ng religious artifacts ang mga pari. Okay naman ito kasi offerings and sacrifice to the temple, kaso pati piraso ng papel ay ibinenta bilang petition sa mga taong nasa purgatoryo. Daan daw ito para makapunta sa langit ang mga namatay na kaanak. Aguy! Ang nangyari tuloy ay naging commodity ang kaligtasan na ibinenta sa mga mananampalataya. Narealize ni Martin Luther na yung pagkamatay ni Jesus sa krus at pagkabuhay nito matapos ang tatlong araw, ang daan sa kaligtasan. Hindi ito makukuha sa paramihan ng pera at abuloy sa simbahan.

Kaya totoo naman, nagkakaroon tayo ng trust issues minsan. San ba gagamitin ng simbahan ang perang pinaghirapan natin, eh abusado rin sila. Paano kapag ganito?

Ang naisip ko na lang, hindi ko na problema kung anong gawin nila sa perang ibinigay ko. Ang importante, by faith, nagbigay ako sa gawain ni God. Kung maloko ako ng simbahan, sila ang may pananagutan sa Diyos hindi ako. Ganun din naman ang ginagawa sa atin ng gobyerno pero bayad pa rin tayo ng bayad ng tax. Bahala na si God sa mga kurakot.

Basta kung bukas tayong magbigay, bukas din ang palad nating tumanggap ng biyaya. Kung sobrang kuyom ang ating kamay, kapag dumating ang biyaya, sasabihin nitong, "Hala sya! Wala naman akong mapwestuhan sa palad na ito. Ni hindi nga ako makapasok dahil sobrang sarado."

Proven and tested ko ang pangako ni God sa Luke 6:38 na, siksik, liglig, at umaapaw ang kapalit ng ating generosity sa simbahan at gawain Nya. My son asked me, "Magkano ang binibigay mo weekly, mommy?" Nakita nya kasi ang consistent na paghuhulog ko ng sobre. When I told him the amount, nakita kong napaisip siya.

"Saan galing ang pambigay mo?" takang tanong nito. "Kay God din," sabi ko. "Tingnan mo, ang bilis kong gumawa ng libro. Konte lang ang bigay ko kay God, samantalang Siya ang kapalit eh sundalong nagtatrabaho para sa akin. Tutulog lang ako, may benta na tayo ng libro. Yun pa lang isang himala ng mas malaki pa sa binigay ko." Napangiti siya. Mga anak ko kasi ang employees ko sa aking munting negosyo. Imagine, kapag hindi ka madamot kay God, hindi rin Siya magiging madamot sa iyo.

Beware ha, wag kayong magbibigay na alam ng iba o kaya ay maangas dahil meron kayong sobra-sobra. Sabi nga ni God, mas appreciated niya yung karampot na bigay ng balo, kasi huling sentimo na nya ito (Mark 12:41-44). It's not about how big or small the 10% amount, it's about giving without expecting a return according to your ways and form. Sa puso naman nakatingin si God, hindi sa halaga ng iyong tithes.

I know it takes a lot to process this principle of giving to church. Yung savings at budget, they make sense, pero ang hirap pa rin. Pagdating sa concept ng tithing, magkakaroon ka talaga ng doubts at struggles, lalo kung wala kang simbahang susuportahan. When in doubt, don't do it, sayang lang. Kapag totoo na ang puso mo sa Kanya, saka ka na magbigay para hindi ka mapwersa.

Just remember, your heart is where your money is (Luke 12:34). Kung sa paggastos sa negosyo, mga luho, o suporta sa anak mo ang kinahinatnan ng pera mo, dun tutuon ang puso mo. Kaso sabi nga sa Matthew 6:19, mga nabubulok, inaanay, at binabahang taguan ang available dito sa lupa. Ibang-iba kung ang banko mo ay nasa langit kasi walang magnanakaw at scammer dun. Hindi naman kailangan ni God ang pera at yaman mo. Pag-aari Nya kaya ang buong mundo. Ang kailangan Nya sa iyo ay tiwala. Living by faith is really difficult, but it's worth it. It really is worth it.

• CULTURAL WORLDVIEW ON PINOY MINDSET

I published a book called Pera Paraan Para Milyong Utang Ay Mabayaran. Ako ang nag-edit ng manuscript ng author na si Karl Simon Marlinga. Aliw na aliw ako sa sinabi nya doon na, "Actually natatamad akong magtrabaho kapag wala akong utang. Utang

ang nagtutulak sa akin na magsumikap. Ang kaibahan lang noon sa ngayon, palagi akong naghahanda ng pambayad one Judith (DUE DATE) at a time, kasi may BILL GATES (Meralco, Manilad, etc. bills) pa akong gagastusan." Paano yung konsepto na, one judith at a time?

Ito ang paliwanag ni Karl, "Noon, first week of the month pa lang eh na-stress na ako sa naka-line up na bayarin for the whole month. Dahil natutunan ko ang concept na, 'one judith at a time', lumiit ang target goal ko to pay my dues. Hindi na overwhelming sa akin ang isipin sila. Malay mo ang due date ko sa Friday ay P3,000. Mula Monday hanggang Thursday, dapat makabenta ako ng supplement na tutubo ako ng P800.00 per day." Nasa sales kasi si Karl. "Kung lagpas sa goal ko ang kinita sa isang araw eh di mas maganda. Kung kulang naman ay hahabol ako sa susunod na araw. Maliit ang target kaya hindi ako stressed kaiisip. Eh kung nakafocus ako sa pitong Judith ko sa isang buwan, malay mo eh umabot yun ng P68,000. Eh di iikot ang tumbong ko dahil higit dalawang libo ang target ko araw-araw. Kung ma-short eh di dodoble ito, medyo masakit sa brain kapag iniisip ko. Doon ako mag-o-overthink. Pero ngayon, hindi na. Natuto na akong wag stresin ang sarili ko sa utang basta, one judith at a time," patuloy na paliwanag ni Karl.

May mga Pinoy na takot sa utang, kaso utangera pa rin. Tapos naii-stuck sa kaiisip na, 'sana mabayaran ko na silang lahat in one go'. Yung mga Chinoy, iba ang mindset – **use other people's money.** Hindi sila takot sa utang lalo at triple ng interest ang kinikita nila. Basta ang usapan kapag luho, bayad nila in cash. Kapag negosyo, use other people's money via bank loans.

Sabi ni Robert Kiyosaki, **'When you save, you lose."** Ha? Akala ko ba eh dapat mag-save ka. Oo naman, pero hindi pwedeng nakatago sa savings ang pera mo, dapat pag trabahuhin mo ito para maging soldiers na magpapayaman sa iyo.

Tingnan mo ha, kapag nag-save ka ng P1 million sa banko, ang interest nito ay baka malaki na ang P2,500 per month, minsan may tax pa kaya magiging P1,900 na lang ang tubo mo. Ito ay kung naka-time deposit ka ha, kung hindi baka P90.00 lang ang interest na makuha mo sa banko kada buwan. Anong ginagawa ng banko sa pera mong natutulog sa kanila? Pinapautang ng banko ito sa mga negosyante – milyones na halaga. May risk pero grabe naman ang return. Sabihin na nating, tutubo ang P1 million loan ng negosyante ng 1% per annum, so P10,000 per month ang interest na makukuha ng banko. Eh kung ibinili ng negosyante ang P1 million loan niya ng inventory na mabebenta niya in one month for P1.2 million. Eh di tumubo ang negosyante ng P190 thousand. Suppose maalis ang operational expenses na P150 thousand at ang net income ng negosyante ay P35

thousand na lang, after taxes. Malaki pa rin ang naging income niya kesa sa totoong may-ari ng pera. Imagine, ako ang may-ari ng P1 million, ang tubo ko eh P2,500. Kumita sa akin ang banko ng P7,500, dahil lang nakitago ako ng pera sa kanya. Tapos ang negosyante na gumamit ng pera ko eh kumita ng P35,000. Grabe, di ba? Bukod dito, babango ang credit score ng negosyante, hahabulin siya ng mga banko para pautangin ulit ng mas malaki. Kung malugi ang negosyo, sasaluhin ng assets niya ang payment, ng risk insurance, at kung walang-wala eh pwede siyang mag-file ng bankruptcy. Hindi pa rin talo ang negosyante, wala naman talaga siyang ipinuhunan eh.

Kaso hindi ganito ang mentality ng Pinoy; hindi kasi tayo aral. Balikan ko yung kwento ni Arkad sa The Richest Man in Babylon. May isang kwento doon na nakita ng hari kung gaano kahirap ang mga mamamayan niya. In fact, nalaman niya ring may utang ang kaharian niya. "5% lang po ng populasyon ng Babylon ang mayaman, halos lahat po ay mahirap o alipin na?" report na natanggap ng hari. "Aba'y bakit ganun? Sino ba ang pinakamayaman dito sa Babylon?" tanong ng hari. Nang nalaman ang tungkol kay Arkad ay pinatawag agad ito ng hari. "Hindi pwedeng ikaw lang ang mayaman sa bansa natin. Turuan mo ang kababayan mong maging mayaman na kagaya mo." Utos ito ng hari kay Arkad. In fairness kay Arkad, willing siyang magturo. Tamad lang talagang magtanong ang mga mahihirap. Nung ni-require ng hari na umattend ng masterclasses ni Arkad ang mga mamamayan ng Babylon, ayun pitong araw na itinuro ni Arkad ang seven laws of gold. Umattend pa nga sa klase niya si Dabasir, di ba?

Sana ganito ang gobyerno natin sa Pilipinas, i-require ang mga Pinoy na umattend ng klase tungkol sa pagyaman. Tapos ang mga bilyonaryong Chinoy ang required na teacher. Para naman maitama ang maling mentality natin sa pera at pangungutang. Hindi naman masama ang mangutang eh, mali lang ang inuutang ng mga Pinoy – luho sa halip na negosyo. Kaya naman, alam na dis kung bakit 3rd world country pa rin tayo. Saklap, noh? Hindi tayo aral kung paano alipinin ang pera. Ang expert tayo, kung paano magtrabaho at maging alipin sa ngalan ng kakarampot na kita.

Ayan ha, esep-esep ulit. Alam ko medyo sumasakit na ang bangs nyo sa mga nilalapag ni Lowluh. Intensyon ko naman talagang guluhin ang mundo nyo kaya pasensyahan tayo, ha. Bilang pang-kabig, bayaran mo ang utang mong mula sa luho, tapos maging matapang kang magka-utang ulit para sa pagpapalago ng iyong mga sundalo. Si Lowluh, milyones ang utang dahil sa mga investments na aking sinubukan. Use other people's money ang peg ko, tapos si God ang Chairman of the Board ng aking munting negosyo. Manalo o matalo, basta kay God suko na ako.

SCIENTIFIC WORLDVIEW ON PATHOLOGY OF MONEY

Bago ako magtapos, balikan natin yung nagtanong sa akin kung nasaan ang konsensya ng aking Poor Mom. Ilalapag ko ang gist ng aming pinag-usapan.

"Galit na galit ako sa mga kagaya nyong manloloko sa pera! Nasaan ang konsensya ng nanay mo para magawa niyang mambudol ng mga tao?!"

Sumagot ako. "Wala. Walang konsensya ang nanay ko. Nambubudol siya ng tao at nakakatulog nang mahimbing habang galit na galit ang mga gahamang naloloko niya sa pera." Real talk lang. Truth hurts but it will set you free. Ayon sa kwento ng nag-message sa akin, nabudol sila nang mabentahan ng bahay na pag-aari na pala ng iba. Ngayong walang-wala sila ay nagkaroon ng kaso at mukhang kailangan nilang umalis ng bahay. I asked kung siya ba ang direct na naloko. "Parents ko po," sagot niya sa akin. "Ilang taon ka na?" tanong ko. Nasa 20 something na daw siya. When I asked kung may trabaho siya, wala daw.

"What are your plans to help your parents sa situation nyo? It's one thing na makisakay ka sa galit at misery nila, pero ang tanong, what are you gonna do about it?"

Days later she answered, "Pinag-isipan ko po ang mga sinabi

nyo. Need ko nga pong maghanap ng work para makatulong sa problema ng pamilya namin."

"Tama," sabi ko. "Wala tayong magagawa dahil may mga kagaya talaga ng nanay ko na mandarambong sa pera at walang konsensya. Ikaw lang ang mahihirapan kung magkikimkim ka ng galit samantalang ang kaaway mo ay may iba nang bini biktima. Kung magagawa nyong makuha ang hustisya, go ahead. Kung hindi, ibigay nyo na ang hustisya sa Diyos. Sabi nga Nya, 'Vengeance is mine!". My mom paid for her sins according to the law of the land, sana maging ganun din ang mangyari sa nagkasala sa inyo. For the meantime, kumilos ka. Hindi uubrang magmukmok ka at isiping isa kang biktima na walang pwedeng magawa sa buhay para maka-ahon sa hirap. Wag mo nang pag-aksayahan ng emosyon ang mga kagaya ng nanay ko. They are not worth it. Just go and enrich your life, learn from your parents' mistakes of trusting criminals, and rise from where your family has fallen down."

She thanked me and I never heard from her again. Kasama pa rin naman siya sa aking panalangin.

Likewise, very recent lang ay may nakausap na naman akong baon sa utang.

"Napanood ko po ang interview nyo sa 700 Club Asia. Iyak po ako nang iyak dahil magkapareho tayo ng problema. Baon na baon din ako sa utang." Ang daming crying emoji.

"Anong sabi ng pamilya mo? Alam ba nila?" tanong ko.

"Opo, alam nila pero wala silang pakialam. Deserve ko daw ang nangyari para magtanda ako at matuto. May sakit na daw ako sa utak kaya palautang ako," patuloy nya.

"Tama po ba sila? May sakit po kayo sa utak pagdating sa pera?" tanong ko.

"Grabe naman kayo makapag-judge. Humihingi ako ng tulong tapos ganyan kayo magsalita sa akin," sagot niya.

"Kalma ka lang, nagtatanong lang ako. Sa iyo galing yang sakit sakit sa pera. Ikaw ang nag-open ng topic, di ba? Wag kang maging emosyonal. At this point dapat logical ka para ma-solve mo ang issue mo sa pera. Real talk ako makipag-usap sa mga tao. Pag balat sibuyas ka, hindi kita matutulungan. Ano, tuloy ba natin ito o mag-e-emo-emo ka muna?" Intentional ito ha. Minsan kailangan kong mang-trigger ng mga kausap ko para mapwersang mag-ilaw ang utak nila at maging maapoy sa engagement. Kung kinakailangang mag-away kami sa chat eh gagawin ko magkaroon lang ng bagong neuropathway access sa brain ang kausap ko.

"Game po." sumagot naman siya.

"Kailan ka nagsimulang mangutang? Kailan ang huling memorya mo na wala kang kautang-utang o problema sa pera? Tanong ko ulit.

"2018 po."

"Ilang taon ka nun?"

"37 po."

"Bakit wala kang utang prior to this?"

"May pension po kaming natatanggap tapos biglang natigil abruptly eh dapat sa 2021 pa yun hihinto," sabi niya. "Matutulungan nyo po ba ako? Hindi ko kasi makuha yung expectations ko sa usapan natin eh," sunod na sabi nya. Nairita na siya kay Lowluh 😂.

"Tutulungan kitang tulungan ang sarili mo," sagot ko. Syempre gusto kong ugatin ang problema nya sa pera kasi nga baka sa likod nito ay may trauma. Malay mo sa pag-uusap namin eh ma-trace kung may abandonment, rejection, at insecurity siyang naranasan, kaya pagkakaroon ng pera ang kanyang naging comfort zone. From rejection eh baka makakita kami ng opportunity for redemption. Sobrang dami ko pang gustong itanong sa kanya na posibleng magkaroon siya ng realization habang sinasagot, pero akala ata niya ay ako si Rich Ma'am na babayaran lahat ng utang nya o mag-a-advice ng step by step kung anong gagawin nya. Nyak! Shortcut and band-aid solution yun. Masolve man ang problema niya, posibleng uulit at uulit pa rin ang reenactment ng trauma.

Sabi ko na lang, "Uugatin sana natin ang puno't dulo ng pinagdaraanan mo kaso hindi pa handa ang puso mo sa biyaya ng langit. Malamang kaya ka winawasak ngayon ng problema mo sa pera ay may gusto si God ipakita sa iyong treasures sa likod ng iyong trauma. Hinahanda ka kasi Nya sa isang magandang surpresa. Kaya lang hindi ka pa ready sa real talk. Hindi pa willing ang puso mo sa biyaya. Gusto mong ikaw pa rin ang may control sa buhay mo. Hindi na nga muna natin dapat ituloy ang usapan natin. Kapag handa ka nang magpabasag, wasak, at makinig sa plano ni God, balikan mo ako. Pakikinggan ko ang lahat ng isyu mo."

Ito rin ang assignment nyo, ha. Ugatin ang patolohiya ng problema nyo sa pera. Hindi palaging emotional kapag hinahanapan ng solusyon ang problema. Although sigurado akong ibinigay sa iyo ng Diyos ang ganitong pagsubok dahil minomolde ang puso mo sa tamang pagtibok. Pero tama na ang sisihan, pagtatatanim ng galit, at kaduwagan! Ke may isyu ka sa utak o wala, kaya ka may problema sa pera, ang importante ay maging aware ka na hindi ka nag-iisa. Gamitin mo ang utak mo para makapamili kung ikaw ay magiging determinadong umahon o magmumukmok ka sa isang sulok at magmu-muchong. Your choice, your life.

BUSINESS OF WORDS

Hindi masama ang pera, inilalabas lang nito ang totoong ikaw sa gitna ng pagkakasala. As I end, isa lang ang panalangin ko. Sana napagalit kita. Alam mo yun? Sana naging roller coaster ang emotions mo habang binabasa ang librong ito. Gusto ko kasing tumatak sa isip mo na alipin ka ng pera kapag ito ay iyong minahal at sinamba. Kung isusuko mo sa Diyos ang iyong pagnanasa, magpapalit ang role niyo. Ikaw na ang amo at ang pera ang alipin mo. Paano gagawin yun? Ipatubos mo kay God ang kaluluwa mong nakasanla sa pera. In fact, sa dugo ni Jesus Christ ay bayad ka na. Anumang trauma o sugat ng iyong kaluluwa, tinapatan na ito ng mga sugat ni Jesus sa krus ng kalbaryong pinagpakuan sa Kanya.

SECRETS TO MAKE YOUR SENTENCE SING

Gusto ko ring makita mo ang talentong ibinaon ni God sa iyong pagkatao, kaso inilibing mo rin kaya hindi mapakinabangan ito. As I said, sobrang grateful ako because I am in the business of WORDS. Ito ang talento na ibinigay sa akin ni God. In return, when I write, I always ask God to make my sentences sing for you, my dear readers. Gusto kong maging kanta ang bawat salita sa librong ito na maririnig ng iyong kaluluwa. Yung, iduyan ka ng aking mga salita para hele ng Diyos ay iyong madama. Alam ni God na pagod na pagod ka na, kaibigan. isang taos pusong dasal mo lang, hinding-hindi ka Niya tatanggihan.

Walang aksidente na nabasa mo ang librong ito. May gustong sabihin si God kaya nalaman mo ang aking kwento. "Miss na miss ka na daw ni God." Sana ay madama mo ang kanyang mahigpit na yakap. Hanggang sa huli, ito po ang inyong Lolakwentosera, dating alipin ng makamundong pagnanasa sa pera, ngayon ay may utang pa rin pero si God ang guarantor na sa akin ay palaging nagsasalba. Pag nagkita tayo, isang mahigpit na yakap, ha. God bless!

SOURCES:

1. https://drgabormate.com/book/the-myth-of-normal/

2. https://www.penguinrandomhouse.com/books/252750/trauma-and-memory-by-peter-a-levine-phd/

3. https://www.teachthought.com/pedagogy/acetaminophen-reduces-social-pain-the-physiology-of-bullying/

4. https://halamanin.com/products/agricultural-lime

5. martinn luther theses

www.ingramcontent.com/pod-product-compliance
Lightning Source LLC
Chambersburg PA
CBHW061344230926
51848CB00004B/527
9786210612431